# KUTOKA GIZA HADI UTAWALA: Siku 40 za Kujitenga na Mshiko Uliofichwa wa Giza

## Ibada ya Ulimwenguni ya Uhamasishaji, Ukombozi na Nguvu

### Kwa Watu Binafsi, Familia, na Mataifa Tayari Kuwa Huru

Na

Zacharias Godseagle ; Balozi Monday O. Ogbe na Comfort Ladi Ogbe

Zacharias Godseagle; Ambassador Monday O. Ogbe and Comfort Ladi Ogbe

# Yaliyomo

Kuhusu Kitabu - KUTOKA GIZA HADI UTAWALA .................... 1
Nakala ya Jalada la Nyuma ............................................................ 3
Matangazo ya Vyombo vya Habari ya Aya Moja (Bonyeza/Barua pepe/ Blabu ya Tangazo) ........................................................................ 4
Kujitolea ......................................................................................... 6
Shukrani ......................................................................................... 7
Kwa Msomaji ................................................................................. 9
Jinsi ya Kutumia Kitabu Hiki ...................................................... 11
Dibaji ........................................................................................... 14
Dibaji ........................................................................................... 16
Utangulizi .................................................................................... 17
SURA YA 1: CHIMBUKO LA UFALME WA GIZA .................... 20
SURA YA 2: JINSI UFALME WA GIZA UNAVYOTENDA LEO .... 23
SURA YA 3: MAMBO YA KUINGIA – JINSI WATU WANAVYOINGIA ....................................................................... 26
SURA YA 4: DHIHIRISHO – KUTOKA KUMILIKI HADI KUTAWALA ................................................................................ 28
SURA YA 5: NGUVU YA NENO - MAMLAKA YA WAAMINIO ... 31
SIKU YA 1: MIFUKO YA DAMU NA MILANGO — KUVUNJA MIFUGO YA FAMILIA ................................................................ 34
SIKU YA 2: UVAMIZI WA NDOTO — USIKU UNAPOKUWA UWANJA WA VITA .................................................................... 37
SIKU YA 3: WANANDOA WA KIROHO - MUUNGANO WASIO TAKATIFU UNAOFUNGA MAKUSUDI ..................................... 40
SIKU YA 4: VITU VILIVYOLAANIWA - MILANGO INAYO NAJSI ........................................................................................... 43
SIKU YA 5: KUVUTIWA NA KUDANGANYWA — KUACHA ROHO YA UCHAWI. .................................................................. 46
SIKU YA 6: MILANGO YA MACHO – KUZIBA NJIA ZA GIZA .. 49
SIKU YA 7: NGUVU NYUMA YA MAJINA - KUKATAA VITAMBULISHO VISIVYO TAKATIFU ....................................... 52
SIKU YA 8: KUFICHA NURU YA UONGO — MITEGO YA ENZI MAPYA NA UDANGANYIFU WA MALAIKA .............................. 55

SIKU YA 9: MADHABAHU YA DAMU - MAAGANO YANAYOHITAJI UHAI .................. 58

SIKU YA 10: UTASA NA KUVUNJIKA — TUMBO LA TUMBO LA KUZAA LINAPKUWA UWANJA WA VITA .................. 61

SIKU YA 11: UGONJWA WA MOJA KWA MOJA NA UCHOVU MKUBWA - VITA VISIVYOONEKANA NDANI .................. 64

SIKU YA 12: KIFAFA NA MATESO YA AKILI — AKILI INAPOKUWA UWANJA WA VITA .................. 67

SIKU YA 13: ROHO YA WOGA - KUVUNJA KIZIMBA CHA MATESO ASIYOONEKANA .................. 70

SIKU YA 14: ALAMA ZA KISHETANI - KUFUTA CHAPA ISIYO TAKATIFU .................. 73

SIKU YA 15: HALI YA KIOO - KUTOROKA GEREZANI YA TAFAKARI .................. 76

SIKU YA 16: KUVUNJA KIFUNGO CHA NENO LA LAANA - KUREJESHA JINA LAKO, BAADAYE YAKO .................. 80

SIKU YA 17: UKOMBOZI KUTOKA KUDHIBITI NA KUDHIBITI .................. 83

SIKU YA 18: KUVUNJA NGUVU YA KUTOSAMEHE NA UCHUNGU .................. 86

SIKU YA 19: UPONYAJI KUTOKA KWA AIBU NA KULAANIWA .................. 89

SIKU YA 20: UCHAWI WA KAYA — GIZA LINAPOISHI CHINI YA PAA MOJA .................. 92

SIKU YA 21: ROHO YA YEZEBELI - UTONGO, UTAWALA NA UDHAIFU WA KIDINI. .................. 95

SIKU YA 22: PYTHONS NA MAOMBI - KUVUNJA ROHO YA KUBANA. .................. 99

SIKU YA 23: VITI VYA ENZI VYA UOVU - KUBOMOA NGOME ZA MAENEO. .................. 102

SIKU YA 24: VIPANDE VYA NAFSI - WAKATI SEHEMU ZAKO ZINAKOSA .................. 105

SIKU YA 25: LAANA YA WATOTO WA AJABU — WAKATI MAELEZO YANAPOBADILISHWA WAKATI WA KUZALIWA .................. 108

SIKU YA 26: MADHABAHU ZA NGUVU ZILIZOFICHA — KUVUNJA HURU NA MAAGANO YA WASOMI WA KICHAWI....112

SIKU YA 27: MASHIRIKIANO YASIYO TAKATIFU - UASHI, ILUMINATI NA KUINGIA KIROHO. ....................115

SIKU YA 28: KABBALAH, GRIDI ZA NISHATI NA UTAMU WA "NURU" YA KIFUMBO. ........................118

SIKU YA 29: PAZIA LA ILLUMINATI - KUFICHUA MITANDAO YA WASOMI WA UCHAWI ........................121

SIKU YA 30: SHULE ZA MAFUMBO - SIRI ZA KALE, UFUNGWA WA KISASA........................124

SIKU YA 31: KABALAH, JIOMETRI TAKATIFU & UDANGANYIFU WA MWANGA WA WASOMI........................128

SIKU YA 3 2: ROHO YA NYOKA NDANI - UKOMBOZI UNAPOCHELEWA SANA ........................133

SIKU YA 33: ROHO YA NYOKA NDANI - UKOMBOZI UNAPOCHELEWA SANA ........................137

SIKU YA 34: WAASHI, KANUNI & LAANA - Wakati Udugu Unapokuwa Utumwa ........................141

SIKU YA 35: WACHAWI KWENYE VIKUTI - UOVU UNAPOINGIA KUPITIA MILANGO YA KANISA. ................145

SIKU YA 36: TAMBU ZILIZO NA CODED - NYIMBO, MITINDO NA FILAMU ZINAPOKUWA PORTALS........................149

SIKU YA 37: MADHABAHU ZA NGUVU ZISISZOONEKANA - FREEMASONS, KABBALAH, & OCCULT ELITES........................153

SIKU YA 38: MAAGANO YA TUMBO LA TUMBO NA UFALME WA MAJI - WAKATI HATMA INAPOTIWA NAJISI KABLA YA KUZALIWA........................157

SIKU YA 39: MAJI YALIBATIZWA KUWA UTUMWA - JINSI WATOTO WATOTO, WAANZIA NA MAAGANO YASIYOONEKANA HUFUNGUA MILANGO........................161

SIKU YA 40: KUTOKA KUKABIDHIWA HADI MKOMBOZI - MAUMIVU YAKO NDIO KUTAWAZWA KWAKO ................165

360° TANGAZO LA KILA SIKU LA UKOMBOZI & UTAWALA – Sehemu ya 1........................168

360° TANGAZO LA KILA SIKU LA UKOMBOZI & UTAWALA – Sehemu ya 2 .................................................................................... 170
360° TANGAZO LA KILA SIKU LA UKOMBOZI & UTAWALA - Sehemu ya 3 .................................................................................... 174
HITIMISHO: KUTOKA KUOKOKA HADI UWANA - KUKAA HURU, KUISHI HURU, KUWAWEKA HURU WENGINE. .............. 178
   Jinsi ya Kuzaliwa Mara ya Pili na Kuanza Maisha Mapya pamoja na Kristo ............................................................................................................. 181
     Muda Wangu Wa Wokovu ............................................................. 183
     Cheti cha Maisha Mapya katika Kristo ........................................... 184
   JIUNGANISHE NA HUDUMA ZA MUNGU TAI .................... 186
   VITABU NA RASILIMALI ZINAZOPENDEKEZWA .............. 188
   NYONGEZA 1: Maombi ya Kutambua Uchawi Uliofichwa, Matendo ya Uchawi, au Madhabahu ya Ajabu katika Kanisa. ................................ 202
   NYONGEZA YA 2: Itifaki ya Kukataa na Kusafisha Vyombo vya Habari ......................................................................................................... 203
   NYONGEZA YA 3: Uamasoni, Kabbalah, Kundalini, Uchawi, Hati ya Kukataa Uchawi ................................................................................... 204
   NYONGEZA YA 4: Mwongozo wa Uwezeshaji wa Mafuta ya Upako . 205
   NYONGEZA 6: Nyenzo za Video zenye Ushuhuda kwa ukuaji wa kiroho ........................................................................................................ 206
   ONYO LA MWISHO: Huwezi Kucheza na Hii ........................ 207

# Ukurasa wa hakimiliki

**KUTOKA GIZA HADI UTAWALA:** Siku 40 za Kuachana na Mshiko Uliofichwa wa Giza – Ibada ya Ulimwenguni ya Uhamasishaji, Ukombozi & Nguvu

Na Zacharias Godseagle, Comfort Ladi Ogbe & Balozi Monday O. Ogbe

Hakimiliki © 2025 na **Zacharias Godseagle na God's Eagle Ministrie**s – GEM

Haki zote zimehifadhiwa.

Hakuna sehemu ya chapisho hili inayoweza kunakiliwa tena, kuhifadhiwa katika mfumo wa kurejesha, au kusambazwa kwa namna yoyote au kwa njia yoyote - kielektroniki, mitambo, kunakili, kurekodi, kuskani, au vinginevyo - bila idhini ya maandishi ya awali ya wachapishaji, isipokuwa katika kesi ya manukuu mafupi yaliyojumuishwa katika makala muhimu au ukaguzi.

Kitabu hiki ni kazi ya hadithi zisizo za uwongo na za ibada. Baadhi ya majina na maelezo ya utambulisho yamebadilishwa kwa faragha inapobidi.

**Nukuu za Maandiko** zimechukuliwa kutoka:

- *New Living Translation (NLT)*, © 1996, 2004, 2015 na Tyndale House Foundation. Inatumika kwa ruhusa. Haki zote zimehifadhiwa.

Muundo wa jalada na GEM TEAM
Mpangilio wa ndani wa GEM TEAM
Imechapishwa na:
**Zacharias Godseagle & God's Eagle Ministries – GEM**
www.otakada.org [1] | ambassador@otakada.org
Toleo la Kwanza, 2025
Limechapishwa nchini Marekani

---

1. http://www.otakada.org

# Kuhusu Kitabu - KUTOKA GIZA HADI UTAWALA

KUTOKA GIZA HADI UTAWALA: Siku 40 za Kujinasua kutoka kwa Mshiko Uliofichwa wa Giza - *Ibada ya Ulimwenguni ya Uhamasishaji, Ukombozi na Nguvu - Kwa Watu Binafsi, Familia, na Mataifa Tayari Kuwa Huru.* sio ibada tu - ni mkutano wa siku 40 wa ukombozi wa kimataifa kwa **Marais, Mawaziri Wakuu, Wachungaji, Wafanyakazi wa Kanisa, Wakuu Wakuu, Wazazi, Vijana,** na kila mwamini anayekataa kuishi katika kushindwa kwa utulivu.

Ibada hii yenye nguvu ya siku 40 inashughulikia *vita vya kiroho, ukombozi kutoka kwa madhabahu ya mababu, kuvunja uhusiano wa nafsi, kufichuliwa na uchawi, na ushuhuda wa kimataifa kutoka kwa wachawi wa zamani, mashetani wa zamani*, na wale ambao wameshinda nguvu za giza.

Iwe unaongoza **nchi**, **unachunga kanisa**, **unafanya biashara**, au **unapigania familia yako katika chumba cha maombi**, kitabu hiki kitafichua yaliyofichwa, kukabiliana na yale ambayo yamepuuzwa, na kukupa uwezo wa kujikomboa.

**Ibada ya Kimataifa ya Siku 40 ya Uhamasishaji, Ukombozi na Nguvu**
Ndani ya kurasa hizi, utakabiliana na:

- Laana za damu na maagano ya mababu
- Wanandoa wa roho, roho za baharini, na udanganyifu wa nyota
- Freemasonry, Kabbalah, mwamko wa kundalini, na madhabahu za uchawi
- Kujitolea kwa watoto, unyago kabla ya kuzaa, na wapagazi wa pepo
- Uingizaji wa media, kiwewe cha kijinsia, na mgawanyiko wa roho
- Jumuiya za siri, AI ya pepo, na harakati za uamsho za uwongo

Kila siku inajumuisha:
- *Hadithi halisi au muundo wa kimataifa*
- *Ufahamu unaotegemea Maandiko*
- *Kikundi na matumizi ya kibinafsi*
- *Maombi ya ukombozi + shajara ya kutafakari*

**Kitabu hiki ni kwa ajili yako ikiwa wewe ni:**

- Rais **au mtunga sera** anayetafuta uwazi wa kiroho na ulinzi kwa taifa lako
- Mchungaji, **mwombezi, au mfanyakazi wa kanisa** anayepambana na nguvu zisizoonekana zinazopinga ukuaji na usafi
- Mkurugenzi **Mtendaji au kiongozi wa biashara** anayekabiliwa na vita na hujuma zisizoelezeka
- Kijana **au mwanafunzi** anayesumbuliwa na ndoto, mateso, au matukio ya ajabu
- Mzazi **au mlezi** akiona mifumo ya kiroho katika mstari wako wa damu
- Kiongozi **wa Kikristo** aliyechoshwa na mizunguko ya maombi isiyoisha bila mafanikio
- Au **muumini aliye tayari kutoka kwa kunusurika hadi kwenye utawala wa ushindi**

**Kwa Nini Kitabu Hiki?**

Kwa sababu katika wakati ambapo giza limevaa kinyago cha nuru, **ukombozi si jambo la hiari tena**.

Na **mamlaka ni ya wenye taarifa, wenye vifaa, na waliojisalimisha**.

Imeandikwa na Zacharias Godseagle, Balozi Monday O. Ogbe, na Comfort Ladi Ogbe, hii ni zaidi ya kufundisha tu—ni **wito wa kuamsha kimataifa** kwa Kanisa, familia, na mataifa kuamka na kupigana—si kwa woga, bali kwa **hekima na mamlaka**.

Huwezi kufuasa kile ambacho hujawasilisha. Na huwezi kutembea katika utawala hadi utakapojiweka huru kutoka kwenye mshiko wa giza.

Vunja mizunguko. Kukabili siri. Rudisha hatima yako - siku moja baada ya nyingine.

# Nakala ya Jalada la Nyuma

**K**UTOKA GIZA HADI UTAWALA
  Siku 40 za Kuachana na Mshiko Uliofichwa wa Giza
*Ibada ya Kimataifa ya Uhamasishaji, Ukombozi na Nguvu.*

Je, wewe ni **rais**, **mchungaji**, **mzazi**, au **mwamini anayesali**—unayetamani sana uhuru wa kudumu na mafanikio?

Hii sio ibada tu. Ni safari ya kimataifa ya siku 40 kupitia medani zisizoonekana za **maagano ya mababu, utumwa wa uchawi, roho za baharini, kugawanyika kwa nafsi, kupenya kwa vyombo vya habari, na zaidi**. Kila siku hufichua shuhuda halisi, maonyesho ya kimataifa, na mikakati ya ukombozi inayoweza kutekelezeka.

Utafichua:

- Jinsi malango ya kiroho yanavyofunguliwa—na jinsi ya kuyafunga
- Mizizi iliyofichwa ya kucheleweshwa mara kwa mara, mateso, na utumwa
- Maombi yenye nguvu ya kila siku, tafakari, na maombi ya kikundi
- Jinsi ya kutembea-katika **utawala**, si tu ukombozi

Kuanzia **madhabahu za uchawi** barani Afrika hadi **udanganyifu wa zama mpya** katika Amerika Kaskazini... kutoka kwa **jumuiya za siri** za Ulaya hadi **maagano ya damu** katika Amerika ya Kusini— **kitabu hiki kinafichua yote**.

**GIZA ILI KUTAWALA** ni ramani yako ya kuelekea kwenye uhuru, iliyoandikwa kwa ajili ya **wachungaji, viongozi, familia, vijana, wataalamu, Wakurugenzi wakuu**, na yeyote aliyechoka kuendesha baiskeli kupitia vita bila ushindi.

"Huwezi kufuasa kile ambacho hujakitoa. Na huwezi kutembea katika utawala hadi utakapoondoka kwenye mtego wa giza."

# Matangazo ya Vyombo vya Habari ya Aya Moja (Bonyeza/Barua pepe/Blabu ya Tangazo)

**GIZA KWENYE UTAWALA: Siku 40 za Kuachana na Mtego Uliofichwa wa Giza** ni ibada ya kimataifa inayofichua jinsi adui anavyojipenyeza katika maisha, familia na mataifa kupitia madhabahu, misururu ya damu, jamii za siri, taratibu za uchawi na maelewano ya kila siku. Na hadithi kutoka kwa kila bara na mikakati ya ukombozi iliyojaribiwa kwa vita, kitabu hiki ni cha marais na wachungaji, Wakurugenzi wakuu na vijana, wasimamizi wa nyumbani na wapiganaji wa kiroho-mtu yeyote anayetamani uhuru wa kudumu. Siyo tu ya kusoma—ni ya kuvunja minyororo.

**Lebo Zinazopendekezwa**

- ibada ya ukombozi
- vita vya kiroho
- ushuhuda wa zamani wa uchawi
- sala na kufunga
- kuvunja laana za vizazi
- uhuru kutoka gizani
- Mamlaka ya kiroho ya Kikristo
- roho za baharini
- kundalini udanganyifu
- jamii za siri zimefichuliwa
- Utoaji wa siku 40

**Hashtag # za Kampeni**
#GizaKutawala
#DeliveranceIbada

#VunjaMinyororo
#UhuruKupitia Kristo
#Uamsho Duniani
#Vita Zilizofichwa Wazi
#OmbaIliKuvunja
#Kitabu chaVita vya Kiroho
#Kutoka GizaKuelekea Mwanga
#Mamlaka ya Ufalme
#HakunaTenaUfungwa
#Shuhuda Za Uchawi
#KundaliniTahadhari
#Roho Za Baharini Wazi
#Siku 40Za Uhuru

# Kujitolea

Kwa Yeye aliyetuita kutoka gizani kuingia katika nuru yake ya ajabu - **Yesu Kristo**, Mwokozi wetu, Mchukua Nuru, na Mfalme wa Utukufu.

Kwa kila nafsi inayolia kwa ukimya - iliyonaswa na minyororo isiyoonekana, iliyopigwa na ndoto, kuteswa na sauti, na kupigana na giza mahali ambapo hakuna mtu anayeona - safari hii ni kwa ajili yako.

Kwa **wachungaji**, **waombezi**, na **walinzi ukutani**,

Kwa **akina mama** wanaosali usiku kucha, na **akina baba** wanaokataa kukata tamaa,

Kwa **mvulana mdogo** anayeona mengi sana, na **msichana mdogo** aliyetiwa alama ya maovu mapema mno,

Kwa **Wakurugenzi wakuu**, **marais**, na **watoa maamuzi** wanaobeba uzito usioonekana nyuma ya mamlaka ya umma,

Kwa **mfanyakazi wa kanisa anayehangaika kwa** siri na kuthubutu kuhangaika na

**vita vya kiroho. ni wito wako kutokea.**

Na kwa wale wajasiri walioshiriki hadithi zao - asante. Makovu yako sasa yanawaweka wengine huru.

Na ibada hii iangaze njia kupitia vivuli na kuwaongoza wengi kwenye utawala, uponyaji, na moto mtakatifu.

Hujasahaulika. Wewe si mtu asiye na uwezo. Ulizaliwa kwa ajili ya uhuru.

— *Zacharias Godseagle, Balozi Monday O. Ogbe & Comfort Ladi Ogbe*

# Shukrani

Kwanza kabisa, tunamkubali **Mungu Mwenyezi - Baba, Mwana, na Roho Mtakatifu**, Mwandishi wa Nuru na Ukweli, ambaye alifungua macho yetu kwa vita visivyoonekana nyuma ya milango iliyofungwa, vifuniko, mimbari na majukwaa. Kwa Yesu Kristo, Mkombozi na Mfalme wetu, tunampa utukufu wote.

Kwa wanaume na wanawake jasiri ulimwenguni kote ambao walishiriki hadithi zao za mateso, ushindi na mabadiliko - ujasiri wako umewasha wimbi la uhuru wa kimataifa. Asante kwa kuvunja ukimya.

Kwa wahudumu na walinzi walioko ukutani, waliofanya kazi katika mahali pa siri, wakifundisha, na maombezi, na kuwaokoa, na wenye kupambanua, tunaheshimu ustahimilivu wenu. Utiifu wako unaendelea kubomoa ngome na kufichua udanganyifu mahali pa juu.

Kwa familia zetu, washirika wetu wa maombi na timu za usaidizi ambazo zilisimama nasi tulipochimba vifusi vya kiroho ili kufichua ukweli - asante kwa imani na uvumilivu wako usioyumba.

Kwa watafiti, shuhuda za YouTube, watoa taarifa, na wapiganaji wa ufalme ambao hufichua giza kupitia mifumo yao - ujasiri wako umejaza kazi hii kwa maarifa, ufunuo na uharaka.

Kwa **Mwili wa Kristo** : kitabu hiki pia ni chako. Na iamshe ndani yako azimio takatifu la kuwa macho, utambuzi, na kutoogopa. Hatuandiki kama wataalam, lakini kama mashahidi. Hatusimami kama waamuzi, bali kama wale waliokombolewa.

Na hatimaye, kwa **wasomaji wa ibada hii** - watafutaji, wapiganaji, wachungaji, wahudumu wa ukombozi, waliookoka, na wapenda ukweli kutoka kila taifa - kila ukurasa uweze kukuwezesha **kutoka. giza kwa utawala** .

- Zacharias Godseagle
- Balozi Monday O. Ogbe

- **Comfort Ladi Ogbe**

# Kwa Msomaji

Hiki si kitabu tu. Ni wito.

Wito wa kufichua kile ambacho kimefichwa kwa muda mrefu - kukabiliana na nguvu zisizoonekana zinazounda vizazi, mifumo na roho. Iwe wewe ni **mtafutaji mchanga**, **mchungaji aliyevaliwa vita usivyoweza kutaja jina**, **kiongozi wa biashara anayepambana na vitisho vya usiku**, au **mkuu wa nchi anayekabiliwa na giza la kitaifa lisilo na kikomo**, ibada hii ni **mwongozo wako nje ya vivuli**.

Kwa **mtu binafsi** : Wewe si wazimu. Unachohisi - katika ndoto zako, angahewa yako, damu yako - inaweza kweli kuwa ya kiroho. Mungu si mponyaji tu; Yeye ni mkombozi.

Kwa **familia** : Safari hii ya siku 40 itakusaidia kutambua mifumo ambayo imekuwa ikitesa ukoo wako wa damu kwa muda mrefu - uraibu, vifo visivyotarajiwa, talaka, utasa, mateso ya kiakili, umaskini wa ghafla - na kutoa zana za kuuvunja.

Kwa **viongozi wa kanisa na wachungaji** : Na hili liamshe utambuzi wa kina na ujasiri wa kukabiliana na ulimwengu wa roho kutoka mimbarani, sio tu jukwaa. Uwasilishaji sio hiari. Ni sehemu ya Agizo Kuu.

Kwa **Wakurugenzi Wakuu, wajasiriamali, na wataalamu** : Maagano ya kiroho yanafanya kazi katika vyumba vya bodi pia. Weka wakfu biashara yako kwa Mungu. Bomoa madhabahu za mababu zilizojificha kama bahati ya biashara, mapatano ya damu au upendeleo wa Freemason. Jenga kwa mikono safi.

Kwa **walinzi na waombezi** : Kukesha kwako hakukuwa bure. Nyenzo hii ni silaha mikononi mwako - kwa jiji lako, eneo lako, taifa lako.

Kwa **Marais na Mawaziri Wakuu**, hili likifikia dawati lako: Mataifa hayatawaliwi tu na sera. Wanatawaliwa na madhabahu - kukuzwa kwa siri au hadharani. Hadi misingi iliyofichika itakaposhughulikiwa, amani itabaki kutoweka. Ibada hii na ikuchochee kuelekea mageuzi ya kizazi.

Kwa **kijana au msichana** anayesoma hili katika wakati wa kukata tamaa: Mungu anakuona. Alikuchagua wewe. Naye anakutoa nje - kwa uzuri.

Hii ni safari yako. Siku moja baada ya nyingine. Mlolongo mmoja kwa wakati mmoja.

**Kutoka Giza hadi Utawala - ni wakati wako.**

# Jinsi ya Kutumia Kitabu Hiki

**K**UTOKA GIZA HADI UTAWALA: Siku 40 za Kujikomboa kutoka kwenye Mtego Uliofichwa wa Giza ni zaidi ya ibada - ni mwongozo wa ukombozi, dawa ya kuondoa sumu mwilini na kambi ya mafunzo ya vita. Iwe unasoma peke yako, pamoja na kikundi, kanisani, au kama kiongozi anayewaongoza wengine, hii ndiyo njia ya kupata manufaa zaidi kutoka kwa safari hii yenye nguvu ya siku 40:

**Mdundo wa Kila siku**

Kila siku hufuata muundo thabiti wa kukusaidia kushirikisha roho, nafsi na mwili:

- **Mafundisho Kuu ya Ibada** - Mandhari ya ufunuo inayofichua giza lililofichwa.
- **Muktadha wa Ulimwenguni** - Jinsi ngome hii inavyojidhihirisha kote ulimwenguni.
- **Hadithi za Maisha Halisi** - Mikutano ya ukombozi wa kweli kutoka kwa tamaduni tofauti.
- **Mpango wa Utekelezaji** - Mazoezi ya kibinafsi ya kiroho, kukataa, au matamko.
- **Maombi ya Kikundi** - Kwa matumizi katika vikundi vidogo, familia, makanisa, au timu za ukombozi.
- **Maarifa Muhimu** - Sehemu ya kuchukua iliyochemshwa ya kukumbuka na kusali.
- **Jarida la Tafakari** - Maswali ya moyo kuchakata kila ukweli kwa undani.
- **Maombi ya Ukombozi** - Maombi ya vita vya kiroho vinavyolengwa ili kuvunja ngome.

### Nini Utahitaji

- **Biblia** yako
- Jarida **maalum au daftari**
- **Mafuta ya upako** (hiari lakini yenye nguvu wakati wa maombi)
- Utayari wa **kufunga na kuomba** kama Roho anavyoongoza
- **Mshirika wa uwajibikaji au timu ya maombi** kwa kesi za kina

### Jinsi ya kutumia na Vikundi au Makanisa

- Kutana **kila siku au kila wiki** ili kujadili maarifa na kuongoza maombi pamoja.
- Wahimize washiriki kukamilisha **Jarida la Tafakari** kabla ya vikao vya kikundi.
- Tumia sehemu ya **Maombi ya Kikundi** ili kuibua mjadala, ungamo, au nyakati za uwasilishaji wa shirika.
- Teua viongozi waliofunzwa kushughulikia maonyesho makali zaidi.

### Kwa Wachungaji, Viongozi na Wahudumu wa Ukombozi

- Fundisha mada za kila siku kutoka kwenye mimbari au katika shule za mafunzo ya ukombozi.
- Wezesha timu yako kutumia ibada hii kama mwongozo wa ushauri.
- Geuza sehemu upendavyo inavyohitajika kwa ramani ya kiroho, mikutano ya uamsho, au hifadhi za maombi za jiji.

### Viambatisho vya Kuchunguza

Mwishoni mwa kitabu, utapata rasilimali za ziada zenye nguvu, zikiwemo:

1. **Tamko la Kila Siku la Uokoaji Jumla** - Zungumza hili kwa sauti kila asubuhi na usiku.
2. **Mwongozo wa Kukataa Vyombo vya Habari** - Ondoa sumu maisha yako kutokana na uchafuzi wa kiroho katika burudani.
3. **Maombi ya Kutambua Madhabahu Zilizofichwa Makanisani** - Kwa waombezi na wahudumu wa kanisa.

4. **Freemasonry, Kabbalah, Kundalini & Occult Renunciation Script** – Maombi ya toba yenye nguvu.
5. **Orodha ya Kuhakiki ya Ukombozi wa Misa** - Tumia katika mikutano ya kidini, ushirika wa nyumbani, au mafungo ya kibinafsi.
6. **Viungo vya Video za Ushuhuda**

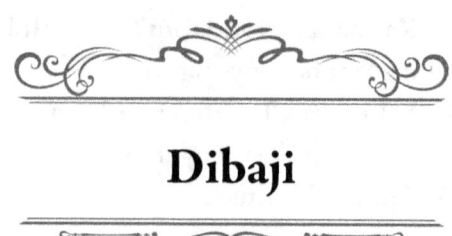

# Dibaji

Kuna vita - visivyoonekana, visivyosemwa, lakini vya kweli kabisa - vinavyoendelea juu ya roho za wanaume, wanawake, watoto, familia, jumuiya, na mataifa.

Kitabu hiki kilizaliwa sio kutoka kwa nadharia, lakini kutoka kwa moto. Kutoka kwa vyumba vya uokoaji vilio. Kutoka kwa shuhuda zilizonong'onezwa kwenye vivuli na kupiga kelele kutoka juu ya paa. Kutokana na masomo ya kina, maombezi ya kimataifa, na kuchanganyikiwa takatifu na Ukristo wa hali ya juu ambao unashindwa kukabiliana na **mizizi ya giza** bado inawatatiza waumini.

Watu wengi sana wamekuja msalabani lakini bado wanaburuta minyororo. Wachungaji wengi sana wanahubiri uhuru huku wakiteswa kwa siri na mapepo ya tamaa, woga, au maagano ya mababu. Familia nyingi sana zimenaswa katika mizunguko - ya umaskini, upotovu, uraibu, utasa, aibu - na **hawajui ni kwa nini** . Na makanisa mengi sana huepuka kuzungumza juu ya roho waovu, uchawi, madhabahu za damu, au ukombozi kwa sababu ni "mkali sana."

Lakini Yesu hakuepuka giza - **alikabiliana nalo** .

Hakuwapuuza mapepo - **Aliwatoa** .

Na hakufa ili tu akusamehe - alikufa ili **kukuweka huru** .

Ibada hii ya kimataifa ya siku 40 si somo la kawaida la Biblia. Ni **chumba cha upasuaji wa kiroho** . Jarida la uhuru. Ramani kutoka kuzimu kwa wale wanaohisi kukwama kati ya wokovu na uhuru wa kweli. Iwe wewe ni kijana aliyefungwa na ponografia, Mwanamke wa Kwanza anayesumbuliwa na ndoto za nyoka, Waziri Mkuu anayeteswa na hatia ya mababu, nabii anayeficha utumwa wa siri, au mtoto anayeamka kutoka kwa ndoto za kishetani - safari hii ni kwa ajili yako.

Utapata hadithi kutoka kote ulimwenguni - Afrika, Asia, Ulaya, Amerika Kaskazini na Kusini - zote zinathibitisha ukweli mmoja: **shetani hana**

**upendeleo** . Lakini wala si Mungu. Na kile ambacho amewafanyia wengine, anaweza kukufanyia.

Kitabu hiki kimeandikwa kwa ajili ya:

- **Watu** wanaotafuta ukombozi wa kibinafsi
- **Familia** zinazohitaji uponyaji wa kizazi
- **Wachungaji** na wafanyakazi wa kanisa wanaohitaji vifaa
- **Viongozi wa biashara** wakipitia vita vya kiroho mahali pa juu
- **Mataifa** yanayolilia uamsho wa kweli
- **Vijana** ambao wamefungua milango bila kujua
- **Mawaziri wa ukombozi** wanaohitaji muundo na mkakati
- Na hata **wale ambao hawaamini pepo** - hadi wasome hadithi zao wenyewe kwenye kurasa hizi

Utanyooshwa. Utapingwa. Lakini ukikaa njiani, utabadilishwa **pia** .
Wewe si tu kwenda kuvunja bure.
Utakwenda **kutawala** .
Hebu tuanze.
- *Zacharias Godseagle , Balozi Monday O. Ogbe , na Comfort Ladi Ogbe*

# Dibaji

Kuna mtikisiko katika mataifa. Kutetemeka katika ulimwengu wa roho. Kutoka kwenye mimbari hadi mabunge, vyumba vya kuishi hadi makanisa ya chinichini, watu kila mahali wanaamshwa na ukweli wa kutisha: tumepuuza ufikiaji wa adui - na tumeelewa vibaya mamlaka tunayobeba katika Kristo.

*Kutoka Giza hadi Utawala* si ibada tu; ni wito wa uwazi. Mwongozo wa kinabii. Njia ya kuokoa watu wanaoteswa, waliofungwa, na mwamini mnyoofu anayejiuliza, "Kwa nini bado nimefungwa?"

Kama mtu ambaye ameshuhudia uamsho na ukombozi katika mataifa yote, ninajua moja kwa moja kwamba Kanisa halikosi maarifa - tunakosa **ufahamu wa kiroho**, **ujasiri**, na **nidhamu**. Kazi hii inaziba pengo hilo. Inaunganisha pamoja shuhuda za kimataifa, ukweli mgumu, hatua ya vitendo, na nguvu ya msalaba katika safari ya siku 40 ambayo itatikisa maisha ya tuli ya vumbi na kuwasha moto kwa waliochoka.

Kwa mchungaji anayethubutu kukabiliana na madhabahu, kwa kijana anayepigana kimya kimya na ndoto za kishetani, kwa mwenye biashara aliyenaswa katika maagano yasiyoonekana, na kwa kiongozi anayejua kuwa kuna jambo *baya kiroho* lakini hawezi kulitaja - kitabu hiki ni kwa ajili yako.

Nakusihi usiisome kivivu. Acha kila ukurasa uchochee roho yako. Hebu kila hadithi kuzaliwa vita. Acha kila tamko lifundishe kinywa chako kusema kwa moto. Na unapopitia siku hizi 40, usisherehekee tu uhuru wako - kuwa chombo cha uhuru wa wengine.

Kwa sababu utawala wa kweli sio tu kukimbia giza...
Ni kugeuka na kuwavuta wengine kwenye nuru.

**Katika Mamlaka na Nguvu za Kristo,**
**Balozi Ogbe**

# Utangulizi

**K**UTOKA GIZA HADI UTAWALA: Siku 40 za Kuachana na Mshiko Uliofichwa wa Giza si ibada nyingine tu—ni mwamko wa kimataifa.

Kote ulimwenguni—kutoka vijiji vya mashambani hadi ikulu za rais, madhabahu za makanisa hadi vyumba vya mikutano—wanaume na wanawake wanalilia uhuru. Sio wokovu tu. **Ukombozi. Uwazi. Mafanikio. Ukamilifu. Amani. Nguvu.**

Lakini ukweli ndio huu: Huwezi kutupa kile unachovumilia. Huwezi kujinasua kutoka kwa kile usichoweza kuona. Kitabu hiki ni nuru yako katika giza hilo.

Kwa siku 40, utatembea kupitia mafundisho, hadithi, shuhuda, na vitendo vya kimkakati ambavyo vinafichua utendaji uliofichwa wa giza na kukupa uwezo wa kushinda—roho, nafsi, na mwili.

Iwe wewe ni mchungaji, Mkurugenzi Mtendaji, mmishenari, mwombezi, kijana, mama, au mkuu wa nchi, maudhui ya kitabu hiki yatakukabili. Sio kukutia aibu—bali kukuweka huru na kukutayarisha kuwatembeza wengine katika uhuru.

Huu ni **ibada ya ulimwenguni pote ya utambuzi, ukombozi, na nguvu**—iliyokita mizizi katika maandiko, iliyochochewa na masimulizi ya maisha halisi, na iliyomiminiwa katika damu ya Yesu.

**Jinsi ya Kutumia Ibada Hii**

1. **Anza na Sura 5 za Msingi**
   Sura hizi zinaweka msingi. Usiwaruke. Watakusaidia kuelewa usanifu wa kiroho wa giza na mamlaka ambayo umepewa ya kuinuka juu yake.
2. **Tembea Kila Siku Kusudi**
   Kila ingizo la kila siku linajumuisha mandhari lengwa, maonyesho ya kimataifa, hadithi halisi, maandiko, mpango wa utekelezaji, mawazo

ya matumizi ya kikundi, umaizi muhimu, maongozi ya jarida, na maombi yenye nguvu.
3. **Funga Kila Siku Kwa Tamko la Kila Siku la 360°**
Linalopatikana mwishoni mwa kitabu hiki, tamko hili lenye nguvu limeundwa ili kuimarisha uhuru wako na kukinga malango yako ya kiroho.
4. **Itumie Peke Yako au katika Vikundi**
Iwe unapitia hili kibinafsi au katika kikundi, ushirika wa nyumbani, timu ya maombezi, au huduma ya ukombozi—mruhusu Roho Mtakatifu kuongoza mwendo na kubinafsisha mpango wa vita.
5. **Tarajia Upinzani—na**
Upinzani wa Mafanikio utakuja. Lakini pia uhuru. Ukombozi ni mchakato, na Yesu amejitolea kuutembea pamoja nawe.

## SURA ZA MSINGI (Soma Kabla ya Siku ya 1)

### 1. Chimbuko la Ufalme wa Giza
Kuanzia uasi wa Lusifa hadi kuibuka kwa tabaka za mapepo na roho za kimaeneo, sura hii inafuatilia historia ya giza ya kibiblia na kiroho. Kuelewa ilipoanzia hukusaidia kutambua jinsi inavyofanya kazi.

### 2. Jinsi Ufalme wa Giza Unavyofanya Kazi Leo
Kuanzia maagano na dhabihu za damu hadi madhabahu, roho za baharini, na upenyezaji wa kiteknolojia, sura hii inafichua sura za kisasa za roho za kale—pamoja na jinsi vyombo vya habari, mienendo, na hata dini inavyoweza kutumika kama uficha ji.

### 3. Pointi za Kuingia: Jinsi Watu Wanavyonaswa
Hakuna mtu anayezaliwa utumwani kwa bahati mbaya. Sura hii inachunguza milango kama vile kiwewe, madhabahu ya mababu, kufichuliwa kwa uchawi, mahusiano ya nafsi, udadisi wa uchawi, Freemasonry, kiroho potofu, na desturi za kitamaduni.

### 4. Dhihirisho: Kutoka Kumiliki hadi Kutawaliwa
Utumwa unaonekanaje? Kuanzia ndoto mbaya hadi kuchelewa kwa ndoa, utasa, uraibu, hasira, na hata "kicheko kitakatifu," sura hii inafunua jinsi roho waovu hujifanya kuwa matatizo, zawadi, au haiba.

### 5. Nguvu ya Neno: Mamlaka ya Waumini

Kabla hatujaanza vita vya siku 40, lazima uelewe haki zako za kisheria katika Kristo. Sura hii inakupa silaha za sheria za kiroho, silaha za vita, itifaki za kimaandiko, na lugha ya ukombozi.

**MOYO WA MWISHO KABLA HUJAANZA**

Mungu hakuitii *kusimamia* giza.

Anakuita ili **kuitawala**.

Si kwa nguvu, si kwa nguvu, bali kwa Roho Wake.

Hebu hizi siku 40 zijazo ziwe zaidi ya ibada.

Wacha iwe mazishi kwa kila madhabahu ambayo hapo awali ilikutawala...na kutawazwa katika hatima ambayo Mungu amekuwekea.

**Safari yako ya kutawala inaanza sasa.**

# SURA YA 1: CHIMBUKO LA UFALME WA GIZA

"*Kwa maana kushindana kwetu sisi si juu ya damu na nyama; bali ni juu ya falme na mamlaka, juu ya wakuu wa giza hili, juu ya majeshi ya pepo wabaya katika ulimwengu wa roho.*" — Waefeso 6:12

Muda mrefu kabla ya wanadamu kuingia kwenye hatua ya wakati, vita visivyoonekana vilizuka mbinguni. Hii haikuwa vita ya panga au bunduki, lakini ya uasi - uhaini mkubwa dhidi ya utakatifu na mamlaka ya Mungu Mkuu . Biblia inafichua fumbo hili kupitia vifungu mbalimbali vinavyodokeza anguko la mmoja wa malaika wazuri sana wa Mungu— **Lusifa** , mwenye kung'aa—aliyethubutu kujiinua juu ya kiti cha enzi cha Mungu ( Isaya 14:12–15, Ezekieli 28:12–17 ).

Uasi huu wa ulimwengu ulizaa **Ufalme wa Giza** - uwanja wa upinzani wa kiroho na udanganyifu, unaojumuisha malaika walioanguka (sasa ni pepo), wakuu, na mamlaka zilizounganishwa dhidi ya mapenzi ya Mungu na watu wa Mungu.

## Kuanguka na Kuundwa kwa Giza

LUSIFA HAKUWA MBAYA kila wakati. Aliumbwa akiwa mkamilifu katika hekima na uzuri. Lakini kiburi kiliingia moyoni mwake, na kiburi kikawa mwasi. Aliwadanganya theluthi ya malaika wa mbinguni wamfuate (Ufunuo 12:4), nao wakatupwa kutoka mbinguni. Chuki yao kwa ubinadamu inatokana na wivu - kwa sababu wanadamu waliumbwa kwa mfano wa Mungu na kupewa mamlaka.

Ndivyo ilianza vita kati ya **Ufalme wa Nuru** na **Ufalme wa Giza** - mzozo usioonekana ambao unagusa kila nafsi, kila nyumba, na kila taifa.

## Usemi wa Ulimwengu wa Ufalme wa Giza

INGAWA HAUONEKANI, mvuto wa ufalme huu wa giza umejikita sana katika:

- **Mila za kitamaduni** (ibada ya mababu, dhabihu za damu, jamii za siri)
- **Burudani** (ujumbe mdogo, muziki wa uchawi na vipindi)
- **Utawala** (rushwa, mapatano ya damu, viapo)
- **Teknolojia** (zana za kulevya, kudhibiti, kudanganywa kwa akili)
- **Elimu** (ubinadamu, relativism, mwangaza wa uwongo)

Kuanzia juju ya Kiafrika hadi fumbo la zama mpya za Magharibi, kutoka kwa ibada ya jini ya Mashariki ya Kati hadi shamanism ya Amerika Kusini, aina hutofautiana lakini **roho ni ile ile** - udanganyifu, utawala, na uharibifu.

## Kwa Nini Kitabu Hiki Ni Muhimu Sasa

UJANJA MKUU WA SHETANI ni kuwafanya watu waamini kuwa hayupo - au mbaya zaidi, kwamba njia zake hazina madhara.

Ibada hii ni **mwongozo wa akili wa kiroho** - kuinua pazia, kufichua njama zake, na kuwawezesha waumini katika mabara:

- **Kutambua** pointi za kuingia
- **Kataa** maagano yaliyofichwa
- **Pinga** kwa mamlaka
- **Rejesha** kilichoibiwa

## Ulizaliwa Katika Vita

HII SI IBADA KWA WALIO na mioyo dhaifu. Ulizaliwa katika uwanja wa vita, si uwanja wa michezo. Lakini habari njema ni: **Yesu tayari ameshinda vita!**

*"Akawavua enzi na enzi na mamlaka, akawafedhehesha waziwazi, kwa kuwashangilia katika Yeye."* — Wakolosai 2:15

Wewe si mwathirika. Wewe ni zaidi ya mshindi kwa njia ya Kristo. Hebu tufichue giza - na tutembee kwa ujasiri kwenye nuru.

**Utambuzi Muhimu**

Asili ya giza ni kiburi, uasi, na kukataa utawala wa Mungu. Mbegu hizi hizi bado zinafanya kazi katika mioyo ya watu na mifumo leo. Ili kuelewa vita vya kiroho, ni lazima kwanza tuelewe jinsi uasi ulivyoanza.

**Jarida la Tafakari**

- Je, nimepuuza vita vya kiroho kuwa ni ushirikina?
- Ni desturi zipi za kitamaduni au za kifamilia ambazo nimerekebisha ambazo zinaweza kuhusishwa na uasi wa kale?
- Je, ninaelewa kweli vita niliyozaliwa?

**Sala ya Mwangaza**

*Baba wa Mbinguni, nifunulie mizizi iliyofichika ya uasi karibu na ndani yangu. Fichua uongo wa giza naweza kuwa nimeukumbatia bila kujua. Acha ukweli wako uangaze katika kila mahali penye kivuli. Ninachagua Ufalme wa Nuru. Ninachagua kutembea katika ukweli, nguvu, na uhuru. Katika jina la Yesu. Amina.*

# SURA YA 2: JINSI UFALME WA GIZA UNAVYOTENDA LEO

*Shetani asije akapata kutushinda; maana hatukosi kuzijua fikira zake.* — 2 Wakorintho 2:11

Ufalme wa giza haufanyi kazi bila mpangilio. Ni muundo msingi wa kiroho uliopangwa vizuri, uliowekwa kwa kina ambao unaakisi mkakati wa kijeshi. Lengo lake: kujipenyeza, kuendesha, kudhibiti, na hatimaye kuharibu. Kama vile Ufalme wa Mungu una vyeo na utaratibu (mitume, manabii, n.k.), vivyo hivyo ufalme wa giza - pamoja na falme, mamlaka, wakuu wa giza, na uovu wa roho katika ulimwengu wa roho (Waefeso 6:12).

Ufalme wa Giza sio hadithi. Si ngano au ushirikina wa kidini. Ni mtandao usioonekana lakini halisi wa mawakala wa kiroho ambao huendesha mifumo, watu, na hata makanisa ili kutimiza ajenda ya Shetani. Ingawa wengi wanawazia uma na pembe nyekundu, utendaji halisi wa ufalme huu ni wa hila zaidi, wa utaratibu, na mbaya zaidi.

**1. Udanganyifu ni Pesa Yao**

Adui anafanya biashara ya uongo. Kuanzia Bustani ya Edeni (Mwanzo 3) hadi falsafa za siku hizi, mbinu za Shetani zimejikita katika kupanda shaka katika Neno la Mungu. Leo, udanganyifu unaonekana kwa namna ya:

- *Mafundisho ya Muhula Mpya yamefichwa kama nuru*
- *Matendo ya uchawi yaliyofichwa kama fahari ya kitamaduni*
- *Uchawi unaosifiwa katika muziki, filamu, katuni na mitindo ya mitandao ya kijamii*

Watu hushiriki katika mila bila kujua au hutumia vyombo vya habari vinavyofungua milango ya kiroho bila utambuzi.

**2. Muundo wa Kihierarkia wa Uovu**

Kama vile Ufalme wa Mungu una utaratibu, ufalme wa giza unafanya kazi chini ya uongozi ulioainishwa:

- **Enzi** - Roho za kimaeneo zinazoathiri mataifa na serikali
- **Mamlaka** - Mawakala wanaotekeleza uovu kupitia mifumo ya kishetani
- **Watawala wa Giza** - Waratibu wa upofu wa kiroho, ibada ya sanamu, dini ya uwongo
- **Uovu wa Kiroho Katika Maeneo ya Juu** - Vyombo vya kiwango cha wasomi vinavyoathiri utamaduni wa kimataifa, utajiri na teknolojia.

Kila pepo hujishughulisha na kazi fulani - woga, uraibu, upotovu wa ngono, kuchanganyikiwa, kiburi, migawanyiko.

### 3. Zana za Udhibiti wa Utamaduni

Ibilisi hahitaji tena kuonekana kimwili. Utamaduni sasa unainua uzito. Mikakati yake leo ni pamoja na:

- **Ujumbe mdogo:** Muziki, maonyesho, matangazo yaliyojaa alama zilizofichwa na ujumbe uliogeuzwa
- **Kupoteza hisia:** Kukabiliwa na dhambi mara kwa mara (vurugu, uchi, lugha chafu) hadi inakuwa "kawaida"
- **Mbinu za Kudhibiti Akili:** Kupitia usingizi wa midia, udanganyifu wa kihisia, na kanuni za kulevya.

Hii sio bahati mbaya. Hizi ni mikakati iliyoundwa ili kudhoofisha usadikisho wa maadili, kuharibu familia, na kufafanua ukweli upya.

### 4. Makubaliano ya Kizazi & Damu

Kupitia ndoto, mila, wakfu, au mapatano ya mababu, watu wengi wanapatana na giza bila kujua. Shetani anatumia herufi kubwa:

- Madhabahu za familia na sanamu za mababu
- Sherehe za kutaja majina ya roho
- Dhambi za siri za familia au laana zilipitishwa

Haya yanafungua misingi ya kisheria ya mateso hadi agano litakapovunjwa kwa damu ya Yesu.

### 5. Miujiza ya Uongo, Manabii wa Uongo

Ufalme wa Giza unapenda dini - haswa ikiwa haina ukweli na nguvu. Manabii wa uongo, roho zidanganyazo, na miujiza ya uwongo huwadanganya watu:

*"Kwa maana Shetani mwenyewe hujigeuza awe mfano wa malaika wa nuru."*
— 2 Wakorintho 11:14

Wengi leo hufuata sauti zinazofurahisha masikio yao lakini kuzifunga nafsi zao.

### Utambuzi Muhimu

Ibilisi huwa sio mkali kila wakati - wakati mwingine ananong'ona kupitia maelewano. Mbinu kuu ya Ufalme wa Giza ni kuwashawishi watu kuwa wako huru, huku wakiwa watumwa kwa hila.

### Jarida la Tafakari:

- Umeona wapi shughuli hizi katika jamii au taifa lako?
- Je, kuna maonyesho, muziki, programu, au matambiko ambayo umerekebisha ambayo yanaweza kuwa zana za upotoshaji?

### Maombi ya Ufahamu na Toba:

*Bwana Yesu, fungua macho yangu nione matendo ya adui. Fichua kila uwongo nilioamini. Nisamehe kwa kila mlango niliofungua, kwa kujua au kutojua. Ninavunja makubaliano na giza na kuchagua ukweli Wako, nguvu Zako, na uhuru Wako. Katika jina la Yesu. Amina.*

# SURA YA 3: MAMBO YA KUINGIA – JINSI WATU WANAVYOINGIA

"*Msimpe shetani nafasi.*" — Waefeso 4:27

Katika kila tamaduni, kizazi, na nyumbani, kuna fursa zilizofichwa - malango ambayo giza la kiroho huingia. Viingilio hivi vinaweza kuonekana kuwa visivyo na madhara mwanzoni: mchezo wa utotoni, tambiko la familia, kitabu, sinema, kiwewe ambacho hakijatatuliwa. Lakini zikifunguliwa, zinakuwa msingi wa kisheria wa ushawishi wa pepo.

**Pointi za Kuingia za Kawaida**

1. **Maagano ya Damu** - Viapo vya mababu, mila, na ibada ya sanamu ambayo hupitisha ufikiaji wa pepo wabaya.
2. **Kufichuliwa Mapema na Uchawi** - Kama katika hadithi ya *Lourdes Valdivia* kutoka Bolivia, watoto wanaoathiriwa na uchawi, umizimu, au matambiko ya uchawi mara nyingi huwa hatarini kiroho.
3. **Vyombo vya Habari na Muziki** - Nyimbo na filamu zinazotukuza giza, uasherati, au uasi zinaweza kukaribisha ushawishi wa kiroho kwa hila.
4. **Kiwewe na Dhuluma** - Unyanyasaji wa kijinsia, kiwewe cha jeuri, au kukataliwa kunaweza kuvunja roho kwa roho dhalimu.
5. **Dhambi ya Ngono na Mahusiano ya Nafsi** - Miungano haramu ya ngono mara nyingi huunda vifungo vya kiroho na uhamishaji wa roho.
6. **Enzi Mpya & Dini ya Uongo** - Fuwele, yoga, viongozi wa roho, nyota, na "uchawi nyeupe" ni mialiko isiyofichwa.
7. **Uchungu na Kutokusamehe** - Haya huwapa roho waovu haki ya kisheria ya kutesa (ona Mathayo 18:34).

**Muhimu wa Ushuhuda wa Ulimwengu:** *Lourdes Valdivia (Bolivia)*

Akiwa na umri wa miaka 7 tu, Lourdes alitambulishwa kwa uchawi na mama yake, mchawi wa muda mrefu. Nyumba yake ilijaa alama, mifupa kutoka makaburini, na vitabu vya uchawi. Alipitia makadirio ya nyota, sauti, na mateso kabla ya hatimaye kumpata Yesu na kuwekwa huru. Hadithi yake ni mojawapo ya nyingi - kuthibitisha jinsi udhihirisho wa mapema na ushawishi wa kizazi hufungua milango kwa utumwa wa kiroho.

**Marejeleo ya Matumizi Kubwa:**

Hadithi za jinsi watu walivyofungua milango bila kujua kupitia shughuli "zisizo na madhara"—ili tu kunaswa gizani—zinaweza kupatikana katika *Mafanikio Makuu 14* na *Kutolewa kutoka kwa Nguvu za Giza*.( Angalia kiambatisho)

**Utambuzi Muhimu**

Adui huingia ndani mara chache sana. Anangoja mlango ufunguliwe. Kile ambacho huhisi kutokuwa na hatia, kurithiwa, au kuburudisha wakati mwingine kinaweza kuwa lango ambalo adui anahitaji.

**Jarida la Tafakari**

- Ni nyakati gani maishani mwangu ambazo zinaweza kutumika kama sehemu za kuingilia kiroho?
- Je, kuna mila "isiyo na madhara" au vitu ninahitaji kuviacha?
- Je, ninahitaji kukataa chochote kutoka kwa ukoo wangu wa zamani au wa familia?

**Sala ya Kukataliwa**

*Baba, ninafunga kila mlango ambao mimi au mababu zangu wanaweza kuwa wameufungua gizani. Ninakanusha makubaliano yote, mahusiano ya nafsi, na kufichuliwa kwa jambo lolote lisilo takatifu. Ninakata kila mnyororo kwa damu ya Yesu. Ninatangaza mwili wangu, nafsi yangu na roho yangu ni mali ya Kristo pekee. Katika jina la Yesu. Amina.*

# SURA YA 4: DHIHIRISHO – KUTOKA KUMILIKI HADI KUTAWALA

"*Pepo mchafu akimtoka mtu, hupitia mahali pasipo maji akitafuta mahali pa kupumzika asipate, kisha husema, 'Nitarudi kwenye nyumba niliyotoka.'*" — Mathayo 12:43

Mara tu mtu anapokuwa chini ya ushawishi wa ufalme wa giza, udhihirisho hutofautiana kulingana na kiwango cha ufikiaji wa pepo uliotolewa. Adui wa kiroho hataki kutembelewa - lengo lake kuu ni makao na utawala.

**Viwango vya Udhihirisho**

1. **Ushawishi** - Adui hupata ushawishi kupitia mawazo, hisia, na maamuzi.
2. **Ukandamizaji** - Kuna shinikizo la nje, uzito, kuchanganyikiwa, na mateso.
3. **Obsession** - Mtu huwa amezingatia mawazo ya giza au tabia ya kulazimishwa.
4. **Kumiliki** - Katika matukio ya nadra lakini halisi, mapepo huchukua makazi na kupuuza mapenzi, sauti, au mwili wa mtu.

Kiwango cha udhihirisho mara nyingi huunganishwa na kina cha maelewano ya kiroho.

**Uchunguzi wa Kimataifa wa Udhihirisho**

- **Afrika:** Kesi za mume/mke wa roho, wazimu, utumwa wa kitamaduni.
- **Ulaya:** Hali ya akili ya kizazi kipya, makadirio ya nyota, na mgawanyiko wa akili.
- **Asia:** Mahusiano ya nafsi ya mababu, mitego ya kuzaliwa upya katika

mwili mwingine, na viapo vya damu.
- **Amerika ya Kusini:** Shamanism, miongozo ya roho, ulevi wa kusoma kiakili.
- **Amerika ya Kaskazini:** Uchawi katika vyombo vya habari, nyota "zisizo na madhara", lango la dutu.
- **Mashariki ya Kati:** Mikutano ya Djinn, viapo vya damu, na uwongo wa kinabii.

Kila bara linawasilisha uficho wake wa kipekee wa mfumo ule ule wa mapepo - na waumini lazima wajifunze jinsi ya kutambua ishara.

**Dalili za Kawaida za Shughuli ya Kipepo**

- Ndoto mbaya za mara kwa mara au kupooza kwa usingizi
- Sauti au mateso ya kiakili
- Dhambi ya kulazimishwa na kurudi nyuma mara kwa mara
- Magonjwa yasiyoelezeka, hofu, au hasira
- Nguvu isiyo ya kawaida au maarifa
- Kuchukia ghafla mambo ya kiroho

**Utambuzi Muhimu**

Mambo tunayoita "akili," "kihisia," au "matibabu" wakati mwingine yanaweza kuwa ya kiroho. Sio kila wakati - lakini mara nyingi vya kutosha kwamba utambuzi ni muhimu.

**Jarida la Tafakari**

- Je, nimeona mapambano ya kujirudia-rudia ambayo yanaonekana kuwa ya kiroho katika asili?
- Je, kuna mifumo ya kizazi cha uharibifu katika familia yangu?
- Ni aina gani ya vyombo vya habari, muziki, au mahusiano ninayoruhusu katika maisha yangu?

**Sala ya Kukataliwa**

*Bwana Yesu, ninakanusha kila makubaliano yaliyofichwa, mlango uliofunguliwa, na agano lisilo la kiungu maishani mwangu. Ninavunja uhusiano na chochote kisichokuwa Wewe - kwa kujua au kutojua. Ninakaribisha moto wa*

*Roho Mtakatifu kuteketeza kila dalili ya giza katika maisha yangu. Niweke huru kabisa. Kwa jina lako kuu. Amina.*

# SURA YA 5: NGUVU YA NENO - MAMLAKA YA WAAMINIO

"*Tazama, nimewapa amri ya kukanyaga nyoka na nge, na nguvu zote za yule adui, wala hakuna kitu kitakachowadhuru.* — Luka 10:19.

Waumini wengi wanaishi kwa hofu ya giza kwa sababu hawaelewi nuru waliyobeba. Hata hivyo Maandiko yanafunua kwamba **Neno la Mungu si upanga tu (Waefeso 6:17)** - ni moto (Yeremia 23:29), nyundo, mbegu, na uhai wenyewe. Katika vita kati ya nuru na giza, wale wanaojua na kutangaza Neno si wahanga kamwe.

**Nguvu Hii Ni Nini?**

Nguvu iliyobebwa na waumini ni **mamlaka iliyokabidhiwa**. Kama afisa wa polisi aliye na beji, hatusimami kwa nguvu zetu wenyewe, bali katika **jina la Yesu** na kupitia Neno la Mungu. Yesu alipomshinda Shetani nyikani, Hakupaza sauti, kulia, au kuogopa—Alisema tu: *"Imeandikwa."*

Huu ndio mfano wa vita vyote vya kiroho.

**Kwa Nini Wakristo Wengi Hubaki Wameshindwa**

1. **Ujinga** - Hawajui Neno linasema nini kuhusu utambulisho wao.
2. **Ukimya** - Hawatangazi Neno la Mungu juu ya hali fulani.
3. **Kutokuwa na msimamo** - Wanaishi katika mizunguko ya dhambi, ambayo huondoa imani na ufikiaji.

Ushindi sio kupiga kelele zaidi; inahusu **kuamini kwa undani zaidi** na **kutangaza kwa ujasiri**.

**Mamlaka Katika Vitendo - Hadithi za Ulimwenguni**

- **Naijeria:** Mvulana mdogo aliyenaswa katika madhehebu ya kidini alijifungua mama yake alipopaka mafuta chumba chake mara kwa

mara na kuzungumza Zaburi ya 91 kila usiku.
- **Marekani:** Mwanachama wa zamani wa Wiccan aliachana na uchawi baada ya mfanyakazi mwenzake kutangaza maandiko kimyakimya kwenye eneo lake la kazi kila siku kwa miezi.
- **India:** Muumini alitangaza Isaya 54:17 huku akikabiliwa na mashambulizi ya mara kwa mara ya uchawi - mashambulizi yalikoma, na mshambuliaji akakiri.
- **Brazili:** Mwanamke mmoja alitumia matamko ya kila siku ya Waroma 8 kuhusu mawazo yake ya kujiua na akaanza kutembea katika amani isiyo ya kawaida.

Neno li hai. Haihitaji ukamilifu wetu, imani yetu tu na maungamo.

**Jinsi ya Kulitumia Neno Katika Vita**

1. **Kariri Maandiko** yanayohusiana na utambulisho, ushindi, na ulinzi.
2. **Zungumza Neno kwa sauti** , hasa wakati wa mashambulizi ya kiroho.
3. **Itumie katika maombi** , ukitangaza ahadi za Mungu juu ya hali fulani.
4. **Funga + Omba** na Neno kama nanga yako (Mathayo 17:21).

**Maandiko ya Msingi kwa Vita**

- *2 Wakorintho 10:3–5* - Kuangusha ngome
- *Isaya 54:17* - Hakuna silaha itakayofanyika itafanikiwa
- *Luka 10:19* - Nguvu juu ya adui
- *Zaburi 91* - Ulinzi wa Mungu
- *Ufunuo 12:11* - Kushindwa kwa damu na ushuhuda

**Utambuzi Muhimu**

Neno la Mungu kinywani mwako lina nguvu kama Neno katika kinywa cha Mungu - linaposemwa kwa imani.

**Jarida la Tafakari**

- Je, ninajua haki zangu za kiroho kama mwamini?
- Je, ninasimama kwenye maandiko gani kwa bidii leo?

- Je, nimeruhusu woga au ujinga kunyamazisha mamlaka yangu?

**Maombi ya Uwezeshaji**

*Baba, fungua macho yangu kwa mamlaka niliyo nayo katika Kristo. Nifundishe kulitumia Neno lako kwa ujasiri na imani. Pale ambapo nimeruhusu hofu au ujinga kutawale, ufunuo uje. Ninasimama leo kama mtoto wa Mungu, nimejihami kwa Upanga wa Roho. Nitanena Neno. Nitasimama kwa ushindi. Sitamwogopa adui - kwani Yeye aliye ndani yangu ni mkuu zaidi. Katika jina la Yesu. Amina.*

# SIKU YA 1: MIFUKO YA DAMU NA MILANGO — KUVUNJA MIFUGO YA FAMILIA

"*Baba zetu wametenda dhambi na hawako tena, na sisi tumebeba adhabu yao.*" — Maombolezo 5:7

Unaweza kuokolewa, lakini ukoo wako wa damu bado una historia - na hadi maagano ya zamani yamevunjwa, wanaendelea kusema.

Kotekote katika kila bara, kuna madhabahu zilizofichwa, mapatano ya mababu, viapo vya siri, na maovu ya kurithi ambayo yanasalia kutenda hadi yashughulikiwe hasa. Kilichoanza kwa babu na babu kinaweza bado kinadai hatima ya watoto wa leo.

**Maneno ya Ulimwenguni**

- **Afrika** - Miungu ya familia, maneno, uchawi wa kizazi, dhabihu za damu.
- **Asia** - Ibada ya babu, vifungo vya kuzaliwa upya, minyororo ya karma.
- **Amerika ya Kusini** - Santeria, madhabahu za kifo, viapo vya damu ya shamanistic.
- **Ulaya** - Freemasonry, mizizi ya kipagani, mikataba ya damu.
- **Amerika ya Kaskazini** - urithi wa kizazi kipya, ukoo wa masoni, vitu vya uchawi.

Laana inaendelea hadi mtu anasimama na kusema, "Sio tena!"

**Ushuhuda wa Kina - Uponyaji kutoka kwa Mizizi**

Mwanamke kutoka Afrika Magharibi, baada ya kusoma *Greater Exploits 14*, aligundua kuharibika kwa mimba kwake kwa muda mrefu na mateso yasiyoelezeka yalihusishwa na nafasi ya babu yake kama kuhani wa patakatifu.

Alikuwa amemkubali Kristo miaka mingi iliyopita lakini hakuwahi kushughulika na maagano ya familia.

Baada ya siku tatu za maombi na kufunga, aliongozwa kuharibu urithi fulani na kukana maagano kwa kutumia Wagalatia 3:13. Mwezi huohuo, akapata mimba na kuzaa mtoto muhula kamili. Leo, anaongoza wengine katika huduma ya uponyaji na ukombozi.

Mwanaume mwingine katika Amerika ya Kusini, kutoka katika kitabu *Delivered from the Power of Darkness*, alipata uhuru baada ya kukana laana ya Uamasoni ambayo ilipitishwa kwa siri kutoka kwa babu yake mkubwa. Alipoanza kutumia maandiko kama Isaya 49:24–26 na kushiriki katika maombi ya ukombozi, mateso yake ya kiakili yalikoma na amani ikarudishwa nyumbani mwake.

Hadithi hizi si za kubahatisha - ni ushuhuda wa ukweli katika vitendo.

**Mpango wa Utekelezaji - Orodha ya Familia**

1. Andika imani zote zinazojulikana za familia, desturi, na washirika - dini, fumbo, au jamii za siri.
2. Muombe Mungu akupe ufunuo wa madhabahu na mapatano yaliyofichika.
3. Kwa maombi haribu na utupilie mbali kitu chochote kinachofungamana na ibada ya sanamu au mazoea ya uchawi.
4. Haraka kama unavyoongozwa na utumie maandiko hapa chini kuvunja msingi wa kisheria:
    - *Mambo ya Walawi 26:40–42*
    - *Isaya 49:24–26*
    - *Wagalatia 3:13*

## MAJADILIANO YA KIKUNDI & Matumizi

- Ni mazoea gani ya kawaida ya familia ambayo mara nyingi hupuuzwa kuwa hayadhuru lakini yanaweza kuwa hatari kiroho?
- Washiriki washiriki bila kujulikana (ikihitajika) ndoto, vitu au mizunguko yoyote inayojirudia katika mstari wao wa damu.

- Maombi ya kikundi ya kukataa - kila mtu anaweza kusema jina la familia au suala la kukataliwa.

**Zana za Huduma:** Lete mafuta ya upako. Toa ushirika. Ongoza kikundi katika maombi ya agano ya uingizwaji - kuweka wakfu kila ukoo wa familia kwa Kristo.

**Utambuzi Muhimu**

Kuzaliwa mara ya pili kunaokoa roho yako. Kuvunja maagano ya familia huhifadhi hatima yako.

**Jarida la Tafakari**

- Ni nini kinachoendelea katika familia yangu? Nini kinahitaji kuacha na mimi?
- Je, kuna vitu, majina, au mila nyumbani kwangu ambazo zinahitaji kwenda?
- Ni milango gani ambayo mababu zangu walifungua ambayo sasa ninahitaji kufunga?

**Maombi ya Kuachiliwa**

*Bwana Yesu, ninakushukuru kwa ajili ya damu yako inayozungumza mambo bora zaidi. Leo ninakataa kila madhabahu iliyofichwa, agano la familia, na utumwa wa kurithi. Ninavunja minyororo ya damu yangu na kutangaza kuwa mimi ni kiumbe kipya. Maisha yangu, familia, na hatima sasa ni Zako peke yako. Katika jina la Yesu. Amina.*

# SIKU YA 2: UVAMIZI WA NDOTO — USIKU UNAPOKUWA UWANJA WA VITA

"Watu wakiwa wamelala, akaja adui yake akapanda magugu katikati ya ngano, akaenda zake." — Mathayo 13:25

Kwa wengi, vita kuu ya kiroho haitokei wakiwa macho - hutokea wakiwa wamelala.

Ndoto sio shughuli za ubongo tu. Ni malango ya kiroho ambayo kwayo maonyo, mashambulizi, maagano, na hatima hubadilishwa. Adui hutumia usingizi kama uwanja wa mapigano wa kimya ili kupanda hofu, tamaa, kuchanganyikiwa, na kuchelewa - yote bila upinzani kwa sababu watu wengi hawajui vita.

**Maneno ya Ulimwenguni**

- **Afrika** - Wanandoa wa kiroho, nyoka, kula katika ndoto, masquerades.
- **Asia** - Mikutano ya mababu, ndoto za kifo, mateso ya karmic.
- **Amerika ya Kusini** - pepo wa wanyama, vivuli, kupooza kwa usingizi.
- **Amerika Kaskazini** - Makadirio ya nyota, ndoto za kigeni, marudio ya kiwewe.
- **Ulaya** - maonyesho ya Gothic, mapepo ya ngono (incubus / succubus), vipande vya nafsi.

Ikiwa Shetani anaweza kudhibiti ndoto zako, anaweza kuathiri hatima yako.

**Ushuhuda - Kutoka Utisho wa Usiku hadi Amani**

Mwanamke kijana kutoka Uingereza alituma barua pepe baada ya kusoma *Ex-Satanist: The James Exchange*. Alishiriki jinsi kwa miaka mingi, alivyokuwa akisumbuliwa na ndoto za kufukuzwa, kuumwa na mbwa, au kulala na wanaume wa ajabu - kila mara ikifuatiwa na vikwazo katika maisha halisi. Mahusiano yake yalishindwa, nafasi za kazi ziliyeyuka, na alikuwa amechoka kila mara.

Kupitia kufunga na kusoma maandiko kama Ayubu 33:14–18 , aligundua kwamba Mungu mara nyingi huzungumza kupitia ndoto—lakini ndivyo hivyo na adui. Alianza kupaka kichwa chake mafuta, kukataa ndoto mbaya kwa sauti kubwa juu ya kuamka, na kuweka jarida la ndoto. Hatua kwa hatua, ndoto zake zikawa wazi na zenye amani. Leo, anaongoza kikundi cha usaidizi kwa wanawake vijana wanaosumbuliwa na mashambulizi ya ndoto.

Mfanyabiashara wa Nigeria, baada ya kusikiliza ushuhuda wa YouTube, alitambua ndoto yake ya kuhudumiwa chakula kila usiku ilihusishwa na uchawi. Kila alipokuwa akikubali chakula katika ndoto yake, mambo yaliharibika katika biashara yake. Alijifunza kukataa chakula mara moja katika ndoto, kuomba kwa lugha kabla ya kulala, na sasa anaona mikakati ya kimungu na maonyo badala yake.

**Mpango wa Utekelezaji - Imarisha Saa Zako za Usiku**

1. **Kabla ya Kulala:** Soma maandiko kwa sauti. Ibada. Paka kichwa chako na mafuta.
2. **Jarida la Ndoto:** Andika kila ndoto unapoamka - nzuri au mbaya. Mwombe Roho Mtakatifu akupe tafsiri.
3. **Kataa & Kataa:** Ikiwa ndoto inahusisha shughuli za ngono, jamaa waliokufa, kula, au utumwa - ikatae mara moja katika sala.
4. **Vita vya Maandiko:**
    - *Zaburi 4:8* — Usingizi wenye amani
    - *Ayubu 33:14–18* —Mungu huzungumza kupitia ndoto
    - *Mathayo 13:25* — Adui akipanda magugu
    - *Isaya 54:17* - Hakuna silaha itakayofanyika dhidi yako

**Maombi ya Kikundi**

- Shiriki ndoto za hivi majuzi bila kujulikana. Acha kikundi kitambue ruwaza na maana.
- Wafundishe washiriki jinsi ya kukataa ndoto mbaya kwa maneno na

kuziba nzuri katika maombi.
- Tamko la kikundi: "Tunakataza shughuli za kishetani katika ndoto zetu, kwa jina la Yesu!"

**Zana za Wizara:**

- Lete karatasi na kalamu kwa uandishi wa ndoto.
- Onyesha jinsi ya kupaka mafuta nyumba na kitanda cha mtu.
- Toa ushirika kama muhuri wa agano kwa usiku.

**Utambuzi Muhimu**

Ndoto ni aidha lango la kukutana na Mungu au mitego ya pepo. Utambuzi ni muhimu.

**Jarida la Tafakari**

- Ni ndoto za aina gani ambazo nimekuwa nikiota mara kwa mara?
- Je, mimi huchukua muda kutafakari ndoto zangu?
- Je! ndoto zangu zimekuwa zikinionya juu ya kitu ambacho nilipuuza?

**Maombi ya Kukesha Usiku**

*Baba, ninaweka wakfu ndoto zangu Kwako. Usiruhusu mradi wa nguvu mbaya katika usingizi wangu. Ninakataa kila agano la kishetani, unajisi wa kingono, au udanganyifu katika ndoto zangu. Ninapokea kutembelewa na Mungu, mafundisho ya mbinguni, na ulinzi wa malaika ninapolala. Acha usiku wangu ujazwe na amani, ufunuo, na nguvu. Katika jina la Yesu, amina.*

# SIKU YA 3: WANANDOA WA KIROHO - MUUNGANO WASIO TAKATIFU UNAOFUNGA MAKUSUDI

"*Kwa maana Muumba wako ni mume wako, Bwana wa majeshi ndilo jina lake...*" Isaya 54:5

"*Waliwatoa wana wao na binti zao kwa mashetani.*" — Zaburi 106:37

Ingawa wengi wanalia kwa ajili ya mafanikio ya ndoa, wasichotambua ni kwamba tayari wako katika **ndoa ya kiroho** —ambayo hawakuikubali kamwe.

Haya ni **maagano yanayofanywa kupitia ndoto, unyanyasaji, mila ya damu, ponografia, viapo vya mababu, au uhamisho wa kishetani**. Mwenzi wa roho - incubus (mwanaume) au succubus (mwanamke) - anachukua haki ya kisheria ya mwili wa mtu, urafiki, na siku zijazo, mara nyingi huzuia mahusiano, kuharibu nyumba, kusababisha mimba, na kuchochea uraibu.

**Maonyesho ya Ulimwenguni**

- **Afrika** - Roho za baharini (Mami Wata), wake/waume wa roho kutoka falme za majini.
- **Asia** - Ndoa za mbinguni, laana za karmic soulmate, wenzi waliozaliwa upya.
- **Ulaya** - Vyama vya wachawi, wapenzi wa pepo kutoka kwa Freemasonry au mizizi ya Druid.
- **Amerika ya Kusini** - Ndoa za Santeria, miiko ya mapenzi, "ndoa za kiroho" zenye msingi wa mapatano.
- **Amerika Kaskazini** - Lango la kiroho linalosababishwa na ponografia, roho za ngono za kizazi kipya, utekaji nyara wa wageni kama maonyesho ya kukutana na incubus.

**Hadithi za Kweli - Vita vya Uhuru wa Ndoa**

**Tolu, Nigeria**

Tolu alikuwa na umri wa miaka 32 na bila kuolewa. Kila alipokuwa akichumbiwa, mwanaume huyo alitoweka ghafla. Mara kwa mara alikuwa na ndoto ya kuolewa katika sherehe za kina. Katika *Greater Exploits 14*, alitambua kesi yake ililingana na ushuhuda ulioshirikiwa hapo. Alipitia maombi ya siku tatu ya mfungo na vita vya usiku usiku wa manane, akikata mahusiano ya nafsi na kuwatoa pepo wa baharini waliomdai. Leo, ameolewa na kuwashauri wengine.

**Lina, Ufilipino,**

Lina mara nyingi alihisi "kuwapo" kwake usiku. Aliwaza kuwaza mambo mpaka michubuko ikaanza kuonekana kwenye miguu na mapaja bila maelezo. Mchungaji wake alitambua mwenzi wa kiroho. Alikiri utoaji mimba wa zamani na uraibu wa ponografia, kisha akapata ukombozi. Sasa anawasaidia wanawake vijana kutambua mifumo kama hiyo katika jamii yake.

**Mpango Kazi - Kuvunja Agano**

1. **Ungama** na utubu dhambi za ngono, uhusiano wa nafsi, kufichuliwa na uchawi, au desturi za mababu.
2. **Kataa** ndoa zote za kiroho katika maombi - kwa jina, ikiwa imefunuliwa.
3. **Funga** kwa siku 3 (au kama unavyoongozwa) na Isaya 54 na Zaburi 18 kama maandiko ya msingi.
4. **Kuharibu** ishara za kimwili: pete, nguo, au zawadi zilizofungwa kwa wapenzi wa zamani au ushirikiano wa uchawi.
5. **Tangaza kwa sauti kubwa** :

*Sijaolewa na roho yoyote. Nina agano na Yesu Kristo. Ninakataa kila muungano wa kipepo katika mwili wangu, nafsi na roho!*

**Zana za Maandiko**

- Isaya 54:4–8 – Mungu kama Mume wako wa kweli
- Zaburi 18 - Kukata kamba za mauti
- 1 Wakorintho 6:15-20 Mwili wako ni wa Bwana
- Hosea 2:6–8 – Kuvunja maagano yasiyo ya Mungu

### Maombi ya Kikundi

- Uliza washiriki wa kikundi: Je, umewahi kuwa na ndoto za harusi, ngono na watu usiowajua, au watu wenye kivuli usiku?
- Ongoza kundi la kukataa wenzi wa ndoa.
- Igiza "mahakama ya talaka mbinguni" - kila mshiriki anawasilisha talaka ya kiroho mbele ya Mungu katika sala.
- Tumia mafuta ya upako juu ya kichwa, tumbo, na miguu kama ishara za utakaso, uzazi, na harakati.

### Utambuzi Muhimu

Ndoa za kishetani ni kweli. Lakini hakuna muungano wa kiroho ambao hauwezi kuvunjwa kwa damu ya Yesu.

### Jarida la Tafakari

- Je, nimekuwa na ndoto za mara kwa mara za ndoa au ngono?
- Je, kuna mifumo ya kukataliwa, kucheleshwa, au kuharibika kwa mimba katika maisha yangu?
- Je, niko tayari kusalimisha kikamilifu mwili wangu, ujinsia, na siku zijazo kwa Mungu?

### Maombi ya Ukombozi

*Baba wa Mbinguni, ninatubu kila dhambi ya zinaa, inayojulikana au isiyojulikana. Ninakataa na kukataa kila mwenzi wa kiroho, roho ya baharini, au ndoa ya uchawi inayodai maisha yangu. Kwa nguvu katika damu ya Yesu, ninavunja kila agano, mbegu ya ndoto, na kifungo cha roho. Ninatangaza kuwa mimi ni Bibi-arusi wa Kristo, niliyetengwa kwa ajili ya utukufu Wake. Ninatembea huru, katika jina la Yesu. Amina.*

# SIKU YA 4: VITU VILIVYOLAANIWA - MILANGO INAYO NAJSI

"*Wala usilete machukizo ndani ya nyumba yako, usije ukalaaniwa kama hilo.*" — Kumbukumbu la Torati 7:26

**Ingizo Lililofichwa Wengi Hupuuza**

Sio kila mali ni milki tu. Mambo mengine yana historia. Wengine hubeba roho. Vitu vilivyolaaniwa sio tu sanamu au vibaki - vinaweza kuwa vitabu, vito, sanamu, alama, zawadi, nguo, au hata mali za urithi ambazo hapo awali zilitolewa kwa nguvu za giza. Ni nini kilicho kwenye rafu yako, mkono wako, ukuta wako - inaweza kuwa mahali pa kuingia kwa mateso katika maisha yako.

**Uchunguzi wa Kimataifa**

- **Afrika** : Vibuyu, hirizi, na bangili zilizofungwa kwa waganga au ibada ya mababu.
- **Asia** : Hirizi, sanamu za zodiac, na zawadi za hekalu.
- **Amerika ya Kusini** : Shanga za Santería , dolls, mishumaa yenye maandishi ya roho.
- **Amerika ya Kaskazini** : Kadi za Tarot, bodi za Ouija, wakamataji wa ndoto, kumbukumbu za kutisha.
- **Ulaya** : Mabaki ya kipagani, vitabu vya uchawi, vifaa vya mandhari ya wachawi.

Wenzi wa ndoa huko Ulaya walipatwa na ugonjwa wa ghafula na kukandamizwa kiroho baada ya kurudi kutoka likizoni huko Bali. Bila kujua, walikuwa wamenunua sanamu ya kuchonga ambayo ilikuwa imewekwa wakfu kwa mungu wa baharini wa eneo hilo. Baada ya maombi na utambuzi, waliondoa kitu hicho na kukichoma. Amani ilirejea mara moja.

Mwanamke mwingine kutoka kwa ushuhuda wa *Greater Exploits* aliripoti jinamizi lisiloelezeka, hadi ilipofichuliwa kwamba mkufu wenye vipawa kutoka kwa shangazi yake ulikuwa kifaa cha ufuatiliaji wa kiroho kilichowekwa wakfu katika patakatifu.

Hausafishi tu nyumba yako kimwili - lazima pia usafishe kiroho.

**Ushuhuda: "Mwanasesere Aliyenitazama"**

Lourdes Valdivia, ambaye hadithi yake tulichunguza mapema kutoka Amerika Kusini, alipokea mwanasesere wa porcelaini wakati wa sherehe ya familia. Mama yake alikuwa ameiweka wakfu katika tambiko la uchawi. Tangu usiku ulipoletwa chumbani kwake, Lourdes alianza kusikia sauti, kupooza usingizi, na kuona takwimu usiku.

Haikuwa hadi rafiki Mkristo alipoomba naye na Roho Mtakatifu akafunua asili ya mwanasesere huyo ndipo alipomuondoa. Mara moja, uwepo wa pepo uliondoka. Hii ilianza kuamka kwake - kutoka kwa ukandamizaji hadi ukombozi.

**Mpango wa Utekelezaji - Ukaguzi wa Nyumba na Moyo**

1. **Tembea katika kila chumba** nyumbani kwako ukiwa na mafuta ya upako na Neno.
2. **Mwambie Roho Mtakatifu** kuangazia vitu au karama ambazo si za Mungu.
3. **Choma au kutupa** vitu vinavyohusiana na uchawi, ibada ya sanamu, au ukosefu wa adili.
4. **Funga milango yote** kwa maandiko kama vile:
    - *Kumbukumbu la Torati 7:26*
    - *Matendo 19:19*
    - *2 Wakorintho 6:16–18*

**Majadiliano ya Kikundi & Uanzishaji**

- Shiriki bidhaa au zawadi zozote ulizokuwa ukimiliki ambazo zilikuwa na athari zisizo za kawaida katika maisha yako.
- Unda "Orodha Hakiki ya Kusafisha Nyumba" pamoja.
- Wape washirika kusali kupitia mazingira ya nyumbani ya kila mmoja wao (kwa ruhusa).

- Alika mhudumu wa ukombozi wa ndani kuongoza maombi ya kinabii ya kutakasa nyumba.

**Vyombo vya Huduma:** Mafuta ya upako, muziki wa ibada, mifuko ya takataka (ya kutupa kihalisi), na chombo kisicho na moto kwa vitu vya kuharibiwa.

**Utambuzi Muhimu**

Kile unachoruhusu katika nafasi yako kinaweza kuidhinisha roho katika maisha yako.

**Jarida la Tafakari**

- Je, ni vitu gani katika nyumba yangu au kabati ambalo lina asili ya kiroho isiyoeleweka?
- Je, nimeshikilia kitu kwa sababu ya thamani ya hisia ambayo sasa ninahitaji kuachilia?
- Je, niko tayari kutakasa nafasi yangu kwa ajili ya Roho Mtakatifu?

**Maombi ya Utakaso**

*Bwana Yesu, ninamwalika Roho wako Mtakatifu kufichua chochote nyumbani mwangu ambacho si chako. Ninakanusha kila kitu kilicholaaniwa, zawadi, au kitu ambacho kilikuwa kimefungwa kwenye giza. Ninatangaza nyumba yangu kuwa ardhi takatifu. Acha amani na usafi wako ukae hapa. Katika jina la Yesu. Amina.*

# SIKU YA 5: KUVUTIWA NA KUDANGANYWA — KUACHA ROHO YA UCHAWI.

"Watu hawa ni watumishi wa Mungu Aliye Juu Sana , wanaotutangazia njia ya wokovu." - *Matendo 16:17 (NKJV)*

"Lakini Paulo alikasirika sana, akageuka, akamwambia yule pepo, Nakuamuru kwa jina la Yesu Kristo, mtoke huyu. Naye akatoka saa iyo hiyo. — *Matendo 16:18*

Kuna mstari mwembamba kati ya unabii na uaguzi - na wengi leo wanavuka bila hata kujua.

Kuanzia manabii wa YouTube wanaotoza "maneno ya kibinafsi," hadi wasomaji wa tarot wa mitandao ya kijamii wakinukuu maandiko, ulimwengu umekuwa soko la kelele za kiroho. Na kwa bahati mbaya, waumini wengi wanakunywa bila kujua kutoka kwa mito iliyochafuliwa.

Roho **ya uaguzi** inaiga Roho Mtakatifu. Hubembeleza, hutongoza, huchezea hisia, na kunasa waathiriwa wake katika mtandao wa udhibiti. Lengo lake? **Kunasa kiroho, kudanganya, na kuwafanya watumwa.**

**Maneno ya Ulimwengu ya Uaguzi**

- **Afrika** - Oracles, makuhani Ifá , majini pepo, ulaghai wa kinabii.
- **Asia** - Wasomaji wa mitende, wanajimu, waonaji wa mababu, "manabii" waliozaliwa upya.
- **Amerika ya Kusini** - Manabii wa Santeria, watengeneza haiba, watakatifu wenye nguvu za giza.
- **Ulaya** - Kadi za Tarot, clairvoyance, miduara ya kati, channeling ya New Age.
- **Amerika Kaskazini** - wanasaikolojia wa "Kikristo", hesabu makanisani, kadi za malaika, viongozi wa roho waliojificha kama

Roho Mtakatifu.

Kilicho hatari sio tu kile wanachosema - lakini **roho** nyuma yake.

**Ushuhuda: Kutoka Clairvoyant hadi Kristo**

Mwanamke mmoja Mmarekani alitoa ushuhuda kwenye YouTube jinsi alivyotoka kuwa "nabii wa kike Mkristo" hadi kugundua kwamba alikuwa akitenda kazi chini ya roho ya uaguzi. Alianza kuona maono kwa uwazi, akitoa maneno ya kina ya kinabii, na kuvuta umati mkubwa mtandaoni. Lakini pia alipambana na kushuka moyo, ndoto mbaya, na kusikia sauti za kunong'ona baada ya kila kipindi.

Siku moja, nilipokuwa nikitazama mafundisho ya *Matendo 16*, mizani ilianguka. Aligundua kuwa hakuwahi kujitiisha kwa Roho Mtakatifu - kwa karama yake tu. Baada ya toba ya kina na ukombozi, aliharibu kadi zake za malaika na jarida la kufunga lililojaa matambiko. Leo, anamhubiri Yesu, si "maneno" tena.

**Mpango wa Utekelezaji - Kujaribu Roho**

1. Uliza: Je, neno/zawadi hii inanivuta kwa **Kristo**, au kwa **mtu** anayeitoa?
2. Jaribu kila roho kwa *1 Yohana 4:1-3*.
3. Tubu kwa kujihusisha na mambo ya kiakili, ya uchawi, au mazoea ya kinabii ghushi.
4. Vunja uhusiano wote wa nafsi na manabii wa uongo, waaguzi, au wakufunzi wa uchawi (hata mtandaoni).
5. Tangaza kwa ujasiri:

"Ninakataa kila roho ya uongo. Mimi ni wa Yesu peke yake. Masikio yangu yanasikiliza sauti yake!"

**Maombi ya Kikundi**

- Jadili: Je, umewahi kufuata nabii au mwongozo wa kiroho ambao baadaye uligeuka kuwa wa uongo?
- Zoezi la Kikundi: Waongoze washiriki kukataa mazoea mahususi kama vile unajimu, usomaji wa nafsi, michezo ya kiakili, au vishawishi vya kiroho ambavyo havina mizizi katika Kristo.

- Mwalike Roho Mtakatifu: Ruhusu dakika 10 kwa ukimya na kusikiliza. Kisha shiriki kile ambacho Mungu hufunua - ikiwa ni chochote.
- Choma au ufute vipengee vya kidijitali/kimwili vinavyohusiana na uaguzi, ikijumuisha vitabu, programu, video au madokezo.

**Zana za Huduma:**

Mafuta ya ukombozi, msalaba (ishara ya kuwasilisha), pipa/ndoo ya kutupa vitu vya mfano, muziki wa kuabudu unaozingatia Roho Mtakatifu.

**Utambuzi Muhimu**

Sio kila nguvu isiyo ya kawaida inatoka kwa Mungu. Unabii wa kweli unatiririka kutoka katika urafiki wa karibu na Kristo, sio udanganyifu au tamasha.

**Jarida la Tafakari**

- Je, nimewahi kuvutiwa na mazoea ya kiroho ya kiakili au ya ujanja?
- Je, nimezoea zaidi "maneno" kuliko Neno la Mungu?
- Je, ni sauti gani ambazo nimezipa ufikiaji ambazo sasa zinahitaji kunyamazishwa?

## MAOMBI YA UKOMBOZI

Baba, sikubaliani na kila roho ya uaguzi, udanganyifu, na unabii wa kughushi. Ninatubu kwa kutafuta mwelekeo mbali na sauti Yako. Safisha akili yangu, nafsi yangu na roho yangu. Nifundishe kutembea kwa Roho wako pekee. Ninafunga kila mlango niliofungua kwa uchawi, kwa kujua au kutojua. Ninatangaza kwamba Yesu ni Mchungaji wangu, na ninasikia sauti yake tu. Katika jina kuu la Yesu, Amina.

# SIKU YA 6: MILANGO YA MACHO – KUZIBA NJIA ZA GIZA

"Taa ya mwili ni jicho; macho yako yakiwa na afya, mwili wako wote utakuwa na nuru."
— *Mathayo 6:22 ( NIV)*

"Sitaweka mbele ya macho yangu neno la uovu." — *Zaburi 101:3*.

Katika ulimwengu wa kiroho, **macho yako ni malango.** Kinachoingia kupitia macho yako huathiri roho yako - kwa usafi au uchafuzi wa mazingira. Adui anajua hili. Ndiyo maana vyombo vya habari, picha, ponografia, filamu za kutisha, alama za uchawi, mitindo ya mitindo na maudhui ya kuvutia yamekuwa viwanja vya vita.

Vita vya umakini wako ni vita vya roho yako.

Kile ambacho wengi hukichukulia kama "burudani isiyo na madhara" mara nyingi ni mwaliko wa siri - kwa tamaa, hofu, udanganyifu, kiburi, ubatili, uasi, au hata kushikamana na mapepo.

**Milango ya Ulimwenguni ya Giza Inayoonekana**

- **Afrika** - Filamu za kitamaduni, mada za Nollywood zinazorekebisha uchawi na ndoa za wake wengi.
- **Asia** - Wahusika na manga na milango ya kiroho, roho za kudanganya, kusafiri kwa nyota.
- **Ulaya** - Mtindo wa Gothic, filamu za kutisha, tamaa za vampire, sanaa ya kishetani.
- **Amerika ya Kusini** - Telenovelas zinazotukuza uchawi, laana, na kulipiza kisasi.
- **Amerika Kaskazini** - Vyombo vya habari vya kawaida, video za muziki, ponografia, katuni "nzuri" za mapepo.

Kile unachokitazama mara kwa mara, unakuwa mnyonge.

**Hadithi: "Katuni Iliyomlaani Mtoto Wangu"**

Mama mmoja kutoka Marekani aliona mtoto wake wa miaka 5 alianza kupiga kelele usiku na kuchora picha za kutatanisha. Baada ya maombi, Roho Mtakatifu alimwelekeza kwenye katuni ambayo mwanawe alikuwa akiitazama kwa siri - iliyojaa miujiza, roho zinazozungumza, na alama ambazo hakuwa ameziona.

Alifuta maonyesho na kupaka nyumba yake na skrini. Baada ya usiku kadhaa wa sala ya usiku wa manane na Zaburi ya 91, mashambulizi yalikoma, na mvulana akaanza kulala kwa amani. Sasa anaongoza kikundi cha usaidizi kinachosaidia wazazi kulinda milango ya kuona ya watoto wao.

**Mpango wa Utekelezaji - Kusafisha Lango la Macho**

1. Fanya **ukaguzi wa vyombo vya habari** : Unatazama nini? Unasoma? Unasogeza?
2. Ghairi usajili au mifumo inayolisha mwili wako badala ya imani yako.
3. Paka macho yako na vifuniko, ukitangaza Zaburi 101:3.
4. Badilisha takataka kwa maoni ya kimungu - filamu za hali halisi, ibada, burudani safi.
5. Tangaza:

"Sitaweka mbele ya macho yangu kitu kibaya; maono yangu ni ya Mungu."

**Maombi ya Kikundi**

- Changamoto: Lango la Macho la Siku 7 Haraka - hakuna maudhui yenye sumu, hakuna kusogeza bila kufanya kazi.
- Shiriki: Ni maudhui gani ambayo Roho Mtakatifu amekuambia uache kutazama?
- Zoezi: Weka mikono juu ya macho yako na ukatae uchafu wowote kupitia maono (kwa mfano, ponografia, hofu, ubatili).
- Shughuli: Waalike washiriki kufuta programu, kuchoma vitabu au kutupa vipengee vinavyoharibu macho yao.

**Zana:** Mafuta ya zeituni, programu za uwajibikaji, vihifadhi maandiko, kadi za maombi za lango la macho.

**Utambuzi Muhimu**
Huwezi kutembea katika mamlaka juu ya pepo ikiwa unaburudika nao.
**Jarida la Tafakari**

- Ninalisha nini macho yangu ambacho kinaweza kuwa kinalisha giza maishani mwangu?
- Ni lini nililia mara ya mwisho kwa kile kinachovunja moyo wa Mungu?
- Je, nimempa Roho Mtakatifu udhibiti kamili wa muda wangu wa kutumia skrini?

**Sala ya Usafi**
*Bwana Yesu, ninaomba damu yako ioshe macho yangu. Nisamehe kwa mambo ambayo nimeruhusu kupitia skrini, vitabu na mawazo yangu. Leo, ninatangaza macho yangu ni kwa nuru, sio giza. Ninakataa kila picha, tamaa, na ushawishi usiotoka Kwako. Safisha nafsi yangu. Linda macho yangu. Na nione unachokiona katika utakatifu na ukweli. Amina.*

# SIKU YA 7: NGUVU NYUMA YA MAJINA - KUKATAA VITAMBULISHO VISIVYO TAKATIFU

"Na Yabesi akamwita Mungu wa Israeli, akisema, Laiti ungenibarikia kweli...' Mungu akamjalia alichoomba.
1 *Mambo ya Nyakati 4:10*
"Wewe hutaitwa tena Abramu, bali Ibrahimu..." *Mwanzo 17:5*

Majina sio lebo tu - ni matamko ya kiroho. Katika maandiko, majina mara nyingi yalionyesha hatima, utu, au hata utumwa. Kutaja kitu ni kukipa utambulisho na mwelekeo. Adui anaelewa hili - ndiyo sababu watu wengi wamenaswa pasipo kujua chini ya majina yaliyotolewa kwa ujinga, maumivu, au utumwa wa kiroho.

Kama vile Mungu alivyobadilisha majina (Abramu hadi Ibrahimu, Yakobo hadi Israeli, Sarai hadi Sara), bado anabadilisha hatima kwa kuwapa watu wake jina.

**Mazingira ya Ulimwenguni ya Utumwa wa Jina**

- **Afrika** - Watoto waliopewa majina ya mababu au sanamu waliokufa ("Ogbanje," "Dike," " Ifunanya " iliyounganishwa na maana).
- **Asia** - Majina ya kuzaliwa upya yamefungwa kwa mizunguko ya karmic au miungu.
- **Ulaya** - Majina yanayotokana na urithi wa kipagani au uchawi (kwa mfano, Freya, Thor, Merlin).
- **Amerika ya Kusini** - Majina yaliyoathiriwa na Santeria, haswa kupitia ubatizo wa kiroho.
- **Amerika Kaskazini** - Majina yaliyochukuliwa kutoka kwa tamaduni za pop, harakati za uasi, au kujitolea kwa mababu.

Majina ni muhimu - na yanaweza kubeba nguvu, baraka, au utumwa.

**Hadithi: "Kwa nini Ilinibidi Kubadilisha Jina la Binti Yangu"**

Katika *Greater Exploits 14* , wanandoa wa Nigeria walimpa binti yao jina "Amaka," ikimaanisha "mrembo," lakini aliugua ugonjwa adimu ambao uliwashangaza madaktari. Wakati wa mkutano wa kinabii, mama alipokea ufunuo: jina hilo lilitumiwa mara moja na bibi yake, mchawi, ambaye roho yake ilikuwa sasa ikidai mtoto.

Walibadilisha jina lake kuwa " Oluwatamilore " (Mungu amenibariki), ikifuatiwa na kufunga na maombi. Mtoto akapona kabisa.

Kesi nyingine kutoka India ilihusisha mtu anayeitwa "Karma," akipambana na laana za kizazi. Baada ya kukataa uhusiano wa Kihindu na kubadilisha jina lake kuwa "Jonathan," alianza kupata mafanikio katika fedha na afya.

**Mpango Kazi - Kuchunguza Jina Lako**

1. Chunguza maana kamili ya majina yako - kwanza, kati, jina la ukoo.
2. Waulize wazazi au wazee kwa nini ulipewa majina hayo.
3. Kataa maana mbaya ya kiroho au kujitolea katika maombi.
4. Tangaza utambulisho wako wa kiungu katika Kristo:

"Nimeitwa kwa jina la Mungu, jina langu jipya limeandikwa mbinguni (Ufunuo 2:17).

## USHIRIKIANO WA KIKUNDI

- Waulize wanachama: Jina lako linamaanisha nini? Je, umekuwa na ndoto zinazohusisha hilo?
- Fanya "sala ya kutaja" - kwa unabii kutangaza utambulisho wa kila mtu.
- Wawekee mikono wale wanaohitaji kuachana na majina yaliyofungwa kwa maagano au utumwa wa mababu.

**Zana:** Chapisha kadi za maana ya jina, leta mafuta ya upako, tumia maandiko ya mabadiliko ya majina.

**Utambuzi Muhimu**

Huwezi kutembea katika utambulisho wako wa kweli huku ukiendelea kujibu uwongo.

**Jarida la Tafakari**

- Jina langu linamaanisha nini - kiroho na kitamaduni?
- Je, ninahisi kuambatana na jina langu au ninakinzana nalo?
- Mbingu inaniita jina gani?

**Maombi ya Kubadilisha Jina**

*Baba, katika jina la Yesu, nakushukuru kwa kunipa utambulisho mpya katika Kristo. Ninavunja kila laana, agano, au kifungo cha kipepo kilichounganishwa na majina yangu. Ninalikataa kila jina ambalo haliambatani na mapenzi Yako. Ninapokea jina na utambulisho ambao mbingu imenipa - iliyojaa nguvu, kusudi, na usafi. Katika jina la Yesu, Amina.*

# SIKU YA 8: KUFICHA NURU YA UONGO — MITEGO YA ENZI MAPYA NA UDANGANYIFU WA MALAIKA

Wala si ajabu, maana Shetani mwenyewe hujigeuza awe mfano wa malaika wa nuru. — 2 Wakorintho 11:14

"Wapenzi, msiiamini kila roho, bali zijaribuni hizo roho, kwamba zimetokana na Mungu." — 1 Yohana 4:1

Sio kila kinachong'aa ni Mungu.

Katika ulimwengu wa leo, idadi inayoongezeka ya watu hutafuta "nuru," "uponyaji," na "nishati" nje ya Neno la Mungu. Wanageukia kutafakari, madhabahu za yoga, uanzishaji wa jicho la tatu, wito wa mababu, usomaji wa tarot, mila ya mwezi, uelekezaji wa malaika, na hata mafumbo ya Kikristo. Udanganyifu una nguvu kwa sababu mara nyingi huja na amani, uzuri, na nguvu - mwanzoni.

Lakini nyuma ya harakati hizi kuna roho za uaguzi, unabii wa uwongo, na miungu ya kale ambao huvaa kinyago cha nuru ili kupata ufikiaji wa kisheria kwa roho za watu.

**Ufikiaji wa Nuru ya Uongo Ulimwenguni**

- **Amerika ya Kaskazini** - Fuwele, utakaso wa sage, sheria ya kivutio, saikolojia, kanuni za mwanga za kigeni.
- **Ulaya** - Upagani uliobadilishwa, ibada ya mungu wa kike, uchawi nyeupe, sherehe za kiroho.
- **Amerika ya Kusini** - Santeria iliyochanganyika na watakatifu Wakatoliki, waganga wa mizimu (curanderos).
- **Afrika** - bandia za kinabii kwa kutumia madhabahu za malaika na maji ya ibada.
- **Asia** - Chakras, yoga "mwanga," ushauri wa kuzaliwa upya, roho za

hekalu.

Mazoea haya yanaweza kutoa "nuru" ya muda, lakini yanatia roho giza baada ya muda.

**Ushuhuda: Ukombozi kutoka kwa Nuru Iliyodanganywa**

Kutoka *Greater Exploits 14* , Mercy (Uingereza) alikuwa akihudhuria warsha za malaika na kufanya mazoezi ya kutafakari ya "Kikristo" kwa uvumba, fuwele, na kadi za malaika. Aliamini kuwa alikuwa akiifikia nuru ya Mungu, lakini punde si punde alianza kusikia sauti akiwa usingizini na kuhisi hofu isiyoelezeka usiku.

Ukombozi wake ulianza wakati mtu fulani alimpa zawadi ya *The Jameses Exchange* , na alitambua ufanano kati ya uzoefu wake na ule wa mwanashetani wa zamani ambaye alizungumza kuhusu udanganyifu wa malaika. Alitubu, akaharibu vitu vyote vya uchawi, na kujisalimisha kwa maombi kamili ya ukombozi.

Leo, anashuhudia kwa ujasiri dhidi ya udanganyifu wa Enzi Mpya makanisani na amesaidia wengine kukataa njia kama hizo.

**Mpango wa Utekelezaji - Kujaribu Roho**

1. **Orodha ya mazoea na imani yako** - Je, yanalingana na Maandiko au yanahisi tu ya kiroho?
2. **Kataa na uharibu** nyenzo zote za uwongo: fuwele, miongozo ya yoga, kadi za malaika, watekaji ndoto, n.k.
3. **Omba Zaburi 119:105** — mwombe Mungu alifanye Neno Lake kuwa nuru yako pekee.
4. **Tangaza vita dhidi ya machafuko** - funga roho zinazojulikana na ufunuo wa uwongo.

## MAOMBI YA KIKUNDI

- **Jadili** : Je, wewe au mtu mwingine unayemjua amevutwa katika mazoea ya "kiroho" ambayo hayakumhusu Yesu?
- **Utambuzi wa Igizo** : Soma dondoo za misemo ya "kiroho" (km,

"Amini ulimwengu") na uyatofautishe na Maandiko.
- **Kipindi cha Upako na Ukombozi** : Vunja madhabahu kwa nuru ya uwongo na badala yake uweke agano la *Nuru ya Ulimwengu* (Yohana 8:12).

**Zana za Wizara** :

- Lete vipengee halisi vya Enzi Mpya (au picha zake) kwa ajili ya mafundisho ya kitu.
- Toa maombi ya ukombozi dhidi ya pepo wanaojulikana (ona Matendo 16:16–18).

**Utambuzi Muhimu**
Silaha hatari zaidi ya Shetani sio giza - ni nuru bandia.
**Jarida la Tafakari**

- Je, nimefungua milango ya kiroho kupitia mafundisho ya "nuru" ambayo hayana mizizi katika Maandiko?
- Je, ninamwamini Roho Mtakatifu au intuition na nishati?
- Je, niko tayari kusalimisha aina zote za kiroho potofu kwa ajili ya ukweli wa Mungu?

## SALA YA KUKATALIWA

**Baba** , ninatubu kwa kila njia ambayo nimeburudisha au kujihusisha na nuru ya uwongo. Ninakanusha aina zote za Enzi Mpya, uchawi, na hali ya kiroho ya udanganyifu. Ninavunja kila nafsi inayofungamana na walaghai wa kimalaika, viongozi wa roho, na ufunuo wa uongo. Ninampokea Yesu, Nuru ya kweli ya ulimwengu. Natangaza sitafuata sauti ila yako, kwa jina la Yesu. Amina.

# SIKU YA 9: MADHABAHU YA DAMU - MAAGANO YANAYOHITAJI UHAI

"*Nao wakajenga mahali pa juu pa Baali, ili kuwapitisha wana wao na binti zao motoni kwa Moleki.*" — Yeremia 32:35

"*Nao wakamshinda kwa damu ya Mwana-Kondoo na kwa neno la ushuhuda wao...*" Ufunuo 12:11

Kuna madhabahu ambazo haziombi usikivu wako tu - zinadai damu yako.

Tangu nyakati za kale hadi siku hizi, maagano ya damu yamekuwa desturi kuu ya ufalme wa giza. Wengine huingizwa katika hali ya kujua kupitia uchawi, kutoa mimba, mauaji ya kitamaduni, au kuanzisha uchawi. Wengine wanarithiwa kupitia mazoea ya mababu au wanajiunga bila kujua kupitia ujinga wa kiroho.

Popote pale ambapo damu isiyo na hatia inamwagwa - iwe katika vihekalu, vyumba vya kulala, au vyumba vya mikutano - madhabahu ya kishetani huzungumza.

Madhabahu hizi hudai maisha, hupunguza hatima, na kuunda msingi wa kisheria wa mateso ya kishetani.

**Madhabahu ya Kimataifa ya Damu**

- **Afrika** - Mauaji ya kitamaduni, mila ya pesa, dhabihu za watoto, mapatano ya damu wakati wa kuzaliwa.
- **Asia** - Sadaka za damu za Hekalu, laana za familia kupitia uavyaji mimba au viapo vya vita.
- **Amerika ya Kusini** - dhabihu za wanyama za Santeria, sadaka za damu kwa roho za wafu.
- **Amerika Kaskazini** - Itikadi ya Utoaji Mimba-kama-sakramenti, undugu wa kiapo cha damu ya pepo.
- **Ulaya** - Ibada za Kale za Druid na Freemason, madhabahu za

umwagaji damu za zama za WW bado hazijatubu.

Maagano haya, isipokuwa kuvunjwa, yanaendelea kudai maisha, mara nyingi kwa mizunguko.

### Hadithi ya Kweli: Sadaka ya Baba

Katika *Delivered from the Power of Darkness*, mwanamke kutoka Afrika ya Kati aligundua wakati wa kikao cha ukombozi kwamba kupiga mswaki mara kwa mara na kifo kulihusishwa na kiapo cha damu ambacho baba yake alikuwa amefanya. Alikuwa ameahidi maisha yake badala ya mali baada ya miaka mingi ya ugumba.

Baada ya baba yake kufariki, alianza kuona vivuli na kupata ajali zilizokaribia kufa kila mwaka katika siku yake ya kuzaliwa. Mafanikio yake yalikuja wakati alipoongozwa kutangaza Zaburi 118:17 - *"Sitakufa bali nitaishi..."* - juu yake mwenyewe kila siku, ikifuatiwa na mfululizo wa sala za kukataa na kufunga. Leo, anaongoza huduma ya maombezi yenye nguvu.

Simulizi lingine kutoka kwa *Greater Exploits 14* linaeleza mwanamume mmoja katika Amerika ya Kusini ambaye alishiriki katika mageuzi ya magenge yaliyohusisha kumwaga damu. Miaka mingi baadaye, hata baada ya kumkubali Kristo, maisha yake yalikuwa katika msukosuko wa mara kwa mara—mpaka alipovunja agano la damu kwa njia ya kufunga kwa muda mrefu, kuungama hadharani, na ubatizo wa maji. Mateso yalikoma.

### Mpango Kazi - Kunyamazisha Madhabahu za Damu

1. **Tubu** kwa ajili ya utoaji mimba wowote, mapatano ya damu ya uchawi, au umwagaji damu wa kurithi.
2. **Kataa** maagano yote ya damu yanayojulikana na yasiyojulikana kwa sauti kwa jina.
3. **Funga kwa siku 3** na ushirika unaofanyika kila siku, ukitangaza damu ya Yesu kama kifuniko chako cha kisheria.
4. **Tangaza kwa sauti**:

*"Kwa damu ya Yesu, ninavunja kila agano la damu lililofanywa kwa niaba yangu. Nimekombolewa!"*

## MAOMBI YA KIKUNDI

- Jadili tofauti kati ya mahusiano ya asili ya damu na maagano ya damu ya kishetani.
- Tumia utepe/uzi nyekundu kuwakilisha madhabahu za damu, na mkasi kuzikata kinabii.
- Alika ushuhuda kutoka kwa mtu ambaye ameachana na utumwa unaohusishwa na damu.

**Zana za Wizara :**

- Vipengele vya Ushirika
- Mafuta ya upako
- Matangazo ya ukombozi
- Taswira ya kuvunja mishumaa ikiwezekana

**Utambuzi Muhimu**
Shetani anafanya biashara ya damu. Yesu alilipa zaidi uhuru wako na Wake.

**Jarida la Tafakari**

- Je, mimi au familia yangu tumeshiriki katika jambo lolote linalohusisha umwagaji damu au viapo?
- Je, kuna vifo vya mara kwa mara, kuharibika kwa mimba, au mifumo ya jeuri katika damu yangu?
- Je, nimeiamini kabisa damu ya Yesu kunena kwa sauti zaidi juu ya maisha yangu?

**Maombi ya Ukombozi**
**Bwana Yesu**, ninakushukuru kwa ajili ya damu yako ya thamani inayosema mambo mazuri kuliko damu ya Habili. Ninatubu kwa ajili ya agano lolote la damu ambalo mimi au babu zangu tulifanya, kwa kujua au kutojua. Ninawakataa sasa. Ninatangaza kwamba nimefunikwa na damu ya Mwana-Kondoo. Acha kila madhabahu ya kipepo inayodai maisha yangu inyamazishwe na kusambaratishwa. Ninaishi kwa sababu ulikufa kwa ajili yangu. Katika jina la Yesu, Amina.

# SIKU YA 10: UTASA NA KUVUNJIKA — TUMBO LA TUMBO LA KUZAA LINAPKUWA UWANJA WA VITA

"*Hapatakuwa na mtu atakayeharibu mimba, wala aliye tasa, katika nchi yako; hesabu ya siku zako nitaitimiza.*" — Kutoka 23:26

"*Humpa mwanamke asiye na watoto jamaa, na kumfanya mama mwenye furaha, asifiwe Bwana!* — Zaburi 113:9

Ugumba ni zaidi ya suala la kiafya. Inaweza kuwa ngome ya kiroho iliyojikita katika vita vya kina kihisia, mababu, na hata kimaeneo.

Katika mataifa yote, utasa hutumiwa na adui kuwaaibisha, kuwatenga na kuwaangamiza wanawake na familia. Ingawa baadhi ya sababu ni za kisaikolojia, nyingi ni za kiroho sana - zimefungwa kwenye madhabahu ya kizazi, laana, wenzi wa ndoa, hatima iliyoharibiwa, au majeraha ya roho.

Nyuma ya kila tumbo lisilozaa, mbingu ina ahadi. Lakini mara nyingi kuna vita ambavyo vinapaswa kupigwa kabla ya mimba - ndani ya tumbo na katika roho.

**Mifumo ya Ulimwengu ya Utasa**

- **Afrika** - Inahusishwa na mitala, laana za mababu, mapatano ya patakatifu, na watoto wa kiroho.
- **Asia** - Imani za Karma, viapo vya maisha ya zamani, laana za kizazi, utamaduni wa aibu.
- **Amerika ya Kusini** - Kufungwa kwa tumbo kwa sababu ya uchawi, inaelezea wivu.
- **Ulaya** - utegemezi wa IVF, dhabihu za watoto wa Freemasonry, hatia ya utoaji mimba.
- **Amerika Kaskazini** - Jeraha la kihisia, majeraha ya roho, mizunguko ya kuharibika kwa mimba, dawa za kubadilisha homoni.

## HADITHI ZA KWELI - Kuanzia Machozi hadi Ushuhuda

**Maria kutoka Bolivia (Amerika ya Kusini)**

Maria alikuwa amepoteza mimba mara 5. Kila mara, alikuwa akiota akiwa ameshika mtoto analia kisha aone damu asubuhi iliyofuata. Madaktari hawakuweza kueleza hali yake. Baada ya kusoma ushuhuda katika *Ushujaa Kubwa*, aligundua kuwa alikuwa amerithi madhabahu ya familia ya utasa kutoka kwa nyanya ambaye alikuwa ameweka wakfu matumbo yote ya kike kwa mungu wa mahali hapo.

Alifunga na kutangaza Zaburi 113 kwa siku 14. Mchungaji wake alimwongoza katika kuvunja agano kwa kutumia ushirika. Miezi tisa baadaye, alijifungua mapacha.

**Ngozi kutoka Nigeria (Afrika)**

Ngozi alikuwa ameolewa kwa miaka 10 bila mtoto. Wakati wa sala ya ukombozi, ilifunuliwa kwamba alikuwa ameolewa katika makao ya roho na mume wa baharini. Kila mzunguko wa ovulation, yeye d kuwa na ndoto za ngono. Baada ya mfululizo wa maombi ya vita vya usiku wa manane, na kitendo cha kinabii cha kuchoma pete yake ya harusi kutokana na kufundwa kwa uchawi uliopita, tumbo lake la uzazi lilifunguka.

**Mpango Kazi - Kufungua Tumbo**

1. **Tambua mzizi** - mababu, kihisia, ndoa, au matibabu.
2. **Tubu kwa ajili ya utoaji mimba uliopita**, mahusiano ya nafsi, dhambi za ngono, na wakfu wa uchawi.
3. **Paka tumbo lako mafuta kila siku** huku ukitangaza Kutoka 23:26 na Zaburi 113.
4. **Funga kwa siku 3**, na ushiriki ushirika kila siku, ukikataa madhabahu zote zilizofungwa kwenye tumbo lako la uzazi.
5. **Sema kwa sauti**:

*Tumbo langu limebarikiwa. Ninakataa kila agano la utasa. Nitachukua mimba na kudumu hadi mwisho kwa uwezo wa Roho Mtakatifu!*

### Maombi ya Kikundi

- Waalike wanawake (na wanandoa) kushiriki mizigo ya kuchelewa katika nafasi salama, ya maombi.
- Tumia mitandio nyekundu au vitambaa vilivyofungwa kiunoni - kisha vifunguliwe kinabii kama ishara ya uhuru.
- Ongoza sherehe ya kinabii ya "kumtaja" - tangaza watoto ambao bado hawajazaliwa kwa imani.
- Vunja laana za maneno, aibu ya kitamaduni, na chuki binafsi katika miduara ya maombi.

### Zana za Wizara:

- Mafuta ya mizeituni (mafuta ya tumbo)
- Komunyo
- Nguo/shali (kuashiria kifuniko na upya)

### Utambuzi Muhimu

Utasa sio mwisho - ni mwito wa vita, imani, na urejesho. Kuchelewa kwa Mungu si kukataliwa.

### Jarida la Tafakari

- Ni majeraha gani ya kihisia au ya kiroho yamefungwa kwenye tumbo langu la uzazi?
- Je, nimeruhusu aibu au uchungu kuchukua nafasi ya tumaini langu?
- Je, niko tayari kukabiliana na sababu za msingi kwa imani na matendo?

### Maombi ya Uponyaji & Mimba

**Baba**, ninasimama juu ya Neno Lako linalosema hakuna atakayekuwa tasa katika nchi. Ninakataa kila uwongo, madhabahu, na roho zilizowekwa kuzuia kuzaa kwangu. Ninajisamehe mwenyewe na wengine ambao wamesema mabaya juu ya mwili wangu. Ninapokea uponyaji, urejesho, na uzima. Nalitangaza tumbo langu kuwa lenye kuzaa, na furaha yangu imejaa. Katika jina la Yesu. Amina.

# SIKU YA 11: UGONJWA WA MOJA KWA MOJA NA UCHOVU MKUBWA - VITA VISIVYOONEKANA NDANI

"*Nyumba iliyogawanyika yenyewe haitasimama.*" — Mathayo 12:25
"*Huwapa nguvu walio dhaifu, na wao wasio na uwezo huwaongezea nguvu.*" — Isaya 40:29

Magonjwa ya autoimmune ni pale ambapo mwili hujishambulia wenyewe - kupotosha seli zake kama maadui. Lupus, arthritis ya rheumatoid, sclerosis nyingi, Hashimoto, na wengine huanguka chini ya kundi hili.

Ugonjwa wa uchovu sugu (CFS), Fibromyalgia, na matatizo mengine ya uchovu yasiyoelezeka mara nyingi huingiliana na mapambano ya autoimmune. Lakini zaidi ya kibaiolojia, wengi wanaoteseka hubeba kiwewe cha kihisia-moyo, majeraha ya nafsi, na mizigo ya kiroho.

Mwili unalia - si tu kwa ajili ya dawa, lakini kwa ajili ya amani. Wengi wako kwenye vita ndani.

**Global Glimpse**

- **Afrika** - Kuongezeka kwa uchunguzi wa autoimmune unaohusishwa na kiwewe, uchafuzi wa mazingira, na mafadhaiko.
- **Asia** - Viwango vya juu vya shida ya tezi inayohusishwa na ukandamizaji wa mababu na utamaduni wa aibu.
- **Ulaya na Amerika** - Uchovu sugu na janga la uchovu kutoka kwa utamaduni unaoendeshwa na utendaji.
- **Amerika ya Kusini** - Wanaosumbuliwa mara nyingi hutambuliwa vibaya; unyanyapaa na mashambulizi ya kiroho kupitia kugawanyika nafsi au laana.

**Mizizi ya Kiroho iliyofichwa**

- **Kujichukia au aibu** - kuhisi "sio mzuri vya kutosha."
- **Kutojisamehe mwenyewe au kwa wengine** - mfumo wa kinga huiga hali ya kiroho.
- **Huzuni au usaliti ambao haujashughulikiwa** - hufungua mlango wa uchovu wa roho na kuvunjika kwa mwili.
- **Mateso ya uchawi au mishale ya wivu** - iliyotumiwa kumaliza nguvu za kiroho na za mwili.

## Hadithi za Kweli - Vita Vilivyopiganwa Gizani
### Elena kutoka Uhispania
Elena alipatikana na ugonjwa wa lupus baada ya uhusiano wa muda mrefu uliomnyanyasa na kumfanya avunjike kihisia. Katika matibabu na maombi, ilifunuliwa kwamba alikuwa na chuki ya ndani, akiamini kuwa hana thamani. Alipoanza kujisamehe na kukabiliana na majeraha ya nafsi kwa kutumia Maandiko, hasira zake zilipungua sana. Anashuhudia nguvu ya uponyaji ya Neno na utakaso wa roho.

### James kutoka Marekani
James, mtendaji mkuu wa shirika, alianguka kutoka kwa CFS baada ya miaka 20 ya mkazo usiokoma. Wakati wa ukombozi, ilifichuliwa kwamba laana ya vizazi ya kujitahidi bila kupumzika iliwakumba wanaume katika familia yake. Aliingia katika majira ya sabato, maombi, na maungamo, na akapata urejesho si wa afya tu, bali utambulisho.

## Mpango wa Utekelezaji - Kuponya Roho na Mfumo wa Kinga

1. **Omba Zaburi 103:1-5** kwa sauti kila asubuhi - hasa mst.3-5.
2. **Orodhesha imani zako za ndani** - unajiambia nini? Vunja uwongo.
3. **Samehe kwa dhati** - haswa wewe mwenyewe.
4. **Chukua ushirika** ili kuweka upya agano la mwili - ona Isaya 53.
5. **Kupumzika kwa Mungu** - Sabato sio hiari, ni vita vya kiroho dhidi ya uchovu.

*Ninatangaza mwili wangu sio adui yangu. Kila seli ndani yangu itaendana na utaratibu wa kiungu na amani. Ninapokea nguvu na uponyaji wa Mungu.*
**Maombi ya Kikundi**

- Washiriki washiriki mifumo ya uchovu au uchovu wa kihisia wanaoficha.
- Fanya zoezi la "dampo la nafsi" - kuandika mizigo, kisha uchome au uizike kwa njia ya mfano.
- Kuweka mikono juu ya wale wanaosumbuliwa na dalili za autoimmune; amri usawa na amani.
- Himiza uandishi wa siku 7 wa vichochezi vya hisia na Maandiko ya uponyaji.

**Zana za Wizara:**

- Mafuta muhimu au upako wenye harufu nzuri kwa kiburudisho
- Majarida au madaftari
- Zaburi 23 sauti ya kutafakari

**Utambuzi Muhimu**

Kinachoshambulia roho mara nyingi hujidhihirisha katika mwili. Uponyaji lazima utiririke kutoka ndani kwenda nje.

**Jarida la Tafakari**

- Je, ninahisi salama katika mwili na mawazo yangu mwenyewe?
- Je, ninahifadhi aibu au lawama kutokana na kushindwa au kiwewe cha zamani?
- Ninaweza kufanya nini ili kuanza kuheshimu mapumziko na amani kama mazoea ya kiroho?

**Sala ya Urejesho**

**Bwana Yesu**, Wewe ndiwe Mponyaji wangu. Leo ninakataa kila uwongo kwamba nimevunjwa, mchafu, au nimehukumiwa. Ninajisamehe mwenyewe na wengine. Ninabariki kila seli katika mwili wangu. Ninapokea amani katika roho yangu na usawa katika mfumo wangu wa kinga. Kwa kupigwa Kwako, nimepona. Amina.

# SIKU YA 12: KIFAFA NA MATESO YA AKILI — AKILI INAPOKUWA UWANJA WA VITA

"*Bwana, umrehemu mwanangu; kwa maana ana kifafa, na anateseka sana; maana mara nyingi huanguka motoni, na mara nyingi majini.*" — Mathayo 17:15

"*Mungu hakutupa roho ya woga, bali ya nguvu na ya upendo na ya moyo wa kiasi.*" — 2 Timotheo 1:7

Baadhi ya mateso si ya kimatibabu tu - ni viwanja vya vita vya kiroho vilivyofichwa kama ugonjwa.

Kifafa, kifafa, skizofrenia, matukio ya bipolar, na mifumo ya mateso katika akili mara nyingi huwa na mizizi isiyoonekana. Ingawa dawa ina nafasi, utambuzi ni muhimu. Katika masimulizi mengi ya Biblia, kifafa na mashambulizi ya kiakili yalikuwa ni matokeo ya ukandamizaji wa mapepo.

Jamii ya kisasa hutibu kile ambacho Yesu mara nyingi *alitoa*.

**Ukweli wa Ulimwengu**

- **Afrika** - Mishtuko ya moyo mara nyingi huhusishwa na laana au mizimu ya mababu.
- **Asia** - Wagonjwa wa kifafa mara nyingi hufichwa kwa sababu ya aibu na unyanyapaa wa kiroho.
- **Amerika ya Kusini** - Schizophrenia iliyohusishwa na uchawi wa kizazi au simu zilizokataliwa.
- **Ulaya na Amerika Kaskazini** - Utambuzi wa kupita kiasi na utumiaji wa dawa kupita kiasi mara nyingi hufunika sababu za msingi za mapepo.

### Hadithi za Kweli - Ukombozi katika Moto

**Musa kutoka Kaskazini mwa Nigeria**

Musa alikuwa na kifafa tangu utotoni. Familia yake ilijaribu kila kitu - kutoka kwa madaktari wa asili hadi sala za kanisa. Siku moja, wakati wa ibada ya ukombozi, Roho alifunua kwamba babu yake Musa alikuwa amemtoa katika kubadilishana uchawi. Baada ya kuvunja agano na kumtia mafuta, hakuwahi kupata mshtuko mwingine.

**Daniel kutoka Peru**

Alipogunduliwa na ugonjwa wa hisia-moyo, Daniel alipambana na ndoto na sauti zenye jeuri. Baadaye aligundua baba yake alikuwa amejihusisha na matambiko ya siri ya kishetani kule milimani. Sala za ukombozi na mfungo wa siku tatu zililleta uwazi. Sauti zilisimama. Leo, Danieli ametulia, amerudishwa, na anajitayarisha kwa huduma.

### Ishara za Kutazama

- Vipindi vinavyorudiwa vya mshtuko bila sababu inayojulikana ya kiakili.
- Sauti, ndoto, mawazo ya vurugu au ya kujiua.
- Kupoteza muda au kumbukumbu, woga usioelezeka, au fitna za kimwili wakati wa maombi.
- Mifumo ya familia ya wazimu au kujiua.

### Mpango Kazi - Kuchukua Mamlaka Juu ya Akili

1. Tubu mahusiano yote ya uchawi yanayojulikana, kiwewe, au laana.
2. Weka mikono juu ya kichwa chako kila siku, ukitangaza akili timamu (2 Timotheo 1:7).
3. Funga na uombe juu ya roho zinazofunga akili.
4. Vunja viapo vya mababu, kujitolea, au laana za damu.
5. Ikiwezekana, jiunge na mshirika mwenye nguvu wa maombi au timu ya ukombozi.

*Ninakataa kila roho ya mateso, kifafa, na machafuko. Ninapokea akili timamu na hisia zilizotulia kwa jina la Yesu!*

### Huduma ya Kikundi na Maombi

- Tambua mifumo ya familia ya ugonjwa wa akili au kifafa.
- Ombea wale wanaoteseka - tumia mafuta ya upako kwenye paji la uso.
- Waombe waombezi watembee kuzunguka chumba wakitangaza "Amani, tulia!" ( Marko 4:39 )
- Waalike wale walioathiriwa kuvunja makubaliano ya maneno: "Mimi si mwendawazimu. Nimepona na mzima."

### Zana za Wizara:

- Mafuta ya upako
- Kadi za tamko la uponyaji
- Muziki wa kuabudu unaohudumia amani na utambulisho

### Utambuzi Muhimu
Sio kila mateso ni ya kimwili tu. Baadhi yao yanatokana na maagano ya kale na misingi ya kisheria ya kishetani ambayo lazima ishughulikiwe kiroho.

### Jarida la Tafakari

- Je, nimewahi kuteswa katika mawazo yangu au usingizi?
- Je, kuna majeraha ambayo hayajapona au milango ya kiroho ninayohitaji kufunga?
- Ni kweli gani ninaweza kutangaza kila siku ili kutia nanga akili yangu katika Neno la Mungu?

### Sala ya Uzima
**Bwana Yesu**, Wewe ndiwe Mrejeshaji wa akili yangu. Ninakanusha kila agano, kiwewe, au roho ya kishetani inayoshambulia ubongo wangu, hisia na uwazi wangu. Ninapokea uponyaji na akili timamu. Ninaamuru nitaishi, na sitakufa. Nitatenda kazi kwa nguvu zote, katika jina la Yesu. Amina.

# SIKU YA 13: ROHO YA WOGA - KUVUNJA KIZIMBA CHA MATESO ASIYOONEKANA

"**M**aana Mungu hakutupa roho ya woga, bali ya nguvu na ya upendo na ya moyo wa kiasi." — 2 Timotheo 1:7

"Hofu ina mateso..." — 1 Yohana 4:18

Hofu sio hisia tu - inaweza kuwa *roho*.

Inanong'ona kushindwa kabla ya kuanza. Inakuza kukataliwa. Inalemaza kusudi. Inapooza mataifa.

Wengi wako katika magereza yasiyoonekana yaliyojengwa na hofu: hofu ya kifo, kushindwa, umaskini, watu, magonjwa, vita vya kiroho, na haijulikani.

Nyuma ya mashambulizi mengi ya wasiwasi, matatizo ya hofu, na hofu zisizo na maana kuna kazi ya kiroho iliyotumwa ili **kuharibu hatima**.

**Maonyesho ya Ulimwenguni**

- **Afrika** - Hofu inayotokana na laana za vizazi, kulipiza kisasi kwa mababu, au upinzani wa uchawi.
- **Asia** - Aibu ya kitamaduni, hofu ya karmic, wasiwasi wa kuzaliwa upya.
- **Amerika ya Kusini** - Hofu kutokana na laana, hadithi za kijiji, na kulipiza kisasi kiroho.
- **Ulaya na Amerika Kaskazini** - Wasiwasi uliofichwa, matatizo yaliyotambuliwa, hofu ya makabiliano, mafanikio, au kukataliwa - mara nyingi ya kiroho lakini kinachoitwa kisaikolojia.

**Hadithi za Kweli - Kufunua Roho**
**Sarah kutoka Kanada**

Kwa miaka mingi, Sarah hakuweza kulala gizani. Daima alihisi uwepo katika chumba. Madaktari waligundua kuwa ni wasiwasi, lakini hakuna matibabu yaliyofanya kazi. Wakati wa kikao cha ukombozi mtandaoni, ilifichuliwa kuwa hofu ya utotoni ilifungua mlango kwa roho inayotesa kupitia sinema ya jinamizi na ya kutisha. Alitubu, akaachana na hofu hiyo, na kuiamuru iende. Sasa analala kwa amani.

**Uche kutoka Nigeria**

Uche aliitwa kuhubiri lakini kila aliposimama mbele ya watu, aliganda. Hofu ilikuwa isiyo ya kawaida - kuchomwa, kupooza. Katika maombi, Mungu alimwonyesha neno laana lililonenwa na mwalimu ambaye alidhihaki sauti yake alipokuwa mtoto. Neno hilo liliunda mnyororo wa kiroho. Mara baada ya kuvunjwa, alianza kuhubiri kwa ujasiri.

**Mpango wa Utekelezaji - Kushinda Hofu**

1. **Ungama woga wowote kwa jina** : "Ninakataa woga wa [_____] katika jina la Yesu."
2. **Soma kwa sauti Zaburi 27 na Isaya 41 kila siku.**
3. **Kuabudu hadi amani ibadilishe hofu.**
4. **Haraka kutoka kwa vyombo vya habari vinavyotegemea hofu - filamu za kutisha, habari, kejeli.**
5. **Tangaza kila siku** : "Nina akili timamu. Mimi si mtumwa wa woga."

**Maombi ya Kikundi - Mafanikio ya Jumuiya**

- Waulize wanakikundi: Je, ni hofu gani ambayo imewapooza zaidi?
- Gawa katika vikundi vidogo na uongoze maombi ya **kujinyima** na **badala** (kwa mfano, hofu → ujasiri, wasiwasi → kujiamini).
- Acha kila mtu aandike hofu na kuichoma kama kitendo cha kinabii.
- Tumia *mafuta ya upako* na *maungamo ya maandiko* juu ya kila mmoja.

**Zana za Wizara:**

- Mafuta ya upako
- Kadi za tangazo la Maandiko

- Wimbo wa kuabudu: "Si Watumwa Tena" wa Betheli

**Utambuzi Muhimu**
Woga unaovumiliwa ni **imani iliyochafuliwa**.
Huwezi kuwa na ujasiri na hofu kwa wakati mmoja - chagua ujasiri.
**Jarida la Tafakari**

- Ni hofu gani imekaa kwangu tangu utotoni?
- Hofu imeathiri vipi maamuzi, afya, au mahusiano yangu?
- Ningefanya nini tofauti ikiwa ningekuwa huru kabisa?

**Maombi ya Uhuru kutoka kwa Hofu**
**Baba**, ninaikana roho ya woga. Ninafunga kila mlango kupitia kiwewe, maneno, au dhambi ambayo ilitoa ufikiaji wa hofu. Ninapokea Roho wa nguvu, upendo, na akili timamu. Ninatangaza ujasiri, amani, na ushindi katika jina la Yesu. Hofu haina nafasi tena katika maisha yangu. Amina.

# SIKU YA 14: ALAMA ZA KISHETANI - KUFUTA CHAPA ISIYO TAKATIFU

"*Tangu sasa mtu awaye yote asinitaabishe; kwa maana ninachukua mwilini mwangu chapa za Bwana Yesu.*" — Wagalatia 6:17
"*Nao wataliweka jina langu juu ya wana wa Israeli, nami nitawabariki.* — Hesabu 6:27

Hatima nyingi zimewekwa *alama kimya* katika ulimwengu wa kiroho - sio na Mungu, lakini na adui.

Alama hizi za kishetani zinaweza kuja kwa njia ya ishara za ajabu za mwili, ndoto za chanjo au chapa, unyanyasaji wa kiwewe, mila ya damu, au madhabahu ya kurithi. Baadhi hazionekani - zinatambulika tu kupitia hisia za kiroho - wakati zingine huonekana kama ishara za mwili, chale za kishetani, chapa ya kiroho, au udhaifu unaoendelea.

Wakati mtu anawekwa alama na adui, anaweza kupata uzoefu:

- Kukataliwa mara kwa mara na chuki bila sababu.
- Mashambulizi ya kiroho yanayorudiwa na vizuizi.
- Kifo cha mapema au mizozo ya kiafya katika umri fulani.
- Kufuatiliwa katika roho - daima huonekana kwa giza.

Alama hizi hufanya kazi kama *vitambulisho vya kisheria*, zinazotoa pepo ruhusa ya kutesa, kuchelewesha au kufuatilia.

Lakini damu ya Yesu **husafisha** na **kutengeneza upya**.

**Maneno ya Ulimwenguni**

- **Afrika** - Alama za kikabila, kupunguzwa kwa matambiko, makovu ya kuanzisha uchawi.
- **Asia** - Mihuri ya kiroho, alama za mababu, alama za karmic.

- **Amerika ya Kusini** - Brujeria (uchawi) alama za kufundwa, ishara za kuzaliwa zinazotumiwa katika matambiko.
- **Ulaya** - Nembo za Uamasoni, tatoo zinazovutia miongozo ya roho.
- **Amerika Kaskazini** - Alama za zama mpya, tatoo za matumizi mabaya ya kitamaduni, chapa ya kishetani kupitia maagano ya uchawi.

## Hadithi Halisi - Nguvu ya Kubadilisha Chapa
### David kutoka Uganda

Daudi alikabili kukataliwa kila mara. Hakuna mtu anayeweza kuelezea kwa nini, licha ya talanta yake. Katika maombi, nabii aliona "X wa kiroho" kwenye paji la uso wake - alama kutoka kwa ibada ya utoto iliyofanywa na kuhani wa kijiji. Wakati wa ukombozi, alama hiyo ilifutwa kiroho kupitia mafuta ya upako na matangazo ya damu ya Yesu. Maisha yake yalibadilika ndani ya wiki - alioa, akapata kazi, na kuwa kiongozi wa vijana.

### Sandra kutoka Brazil

Sandra alikuwa na tattoo ya joka kutoka kwa uasi wake wa kijana. Baada ya kutoa maisha yake kwa Kristo, aliona mashambulizi makali ya kiroho kila alipofunga au kuomba. Mchungaji wake aligundua tattoo hiyo ilikuwa ishara ya kishetani iliyohusishwa na ufuatiliaji wa roho. Baada ya kikao cha toba, maombi, na uponyaji wa ndani, alichora tattoo hiyo na kuvunja kamba ya nafsi. Jinamizi lake lilikoma mara moja.

### Mpango wa Utekelezaji - Futa Alama

1. **Mwombe Roho Mtakatifu** akufunulie alama zozote za kiroho au kimwili maishani mwako.
2. **Tubu** kwa ushiriki wowote wa kibinafsi au wa kurithi katika mila iliyowaruhusu.
3. **Paka damu ya Yesu** juu ya mwili wako - paji la uso, mikono, miguu.
4. **Vunja roho za ufuatiliaji, mahusiano ya nafsi, na haki za kisheria** zinazofungamana na alama (ona maandiko hapa chini).
5. **Ondoa tattoos za kimwili au vitu** (kama inavyoongozwa) ambavyo vinahusishwa na maagano ya giza.

### Utumiaji wa Kikundi - Kubadilisha jina katika Kristo

- Waulize washiriki wa kikundi: Je, umewahi kuwa na alama au ndoto ya kuwa na chapa?
- Ongoza sala ya **utakaso na wakfu upya** kwa Kristo.
- Paka mafuta kwenye vipaji vya nyuso na utangaze hivi: *"Sasa mmekuwa na alama ya Bwana Yesu Kristo."*
- Vunja roho za ufuatiliaji na kuweka upya utambulisho wao katika Kristo.

## Zana za Wizara:

- Mafuta ya mizeituni (yamebarikiwa kwa upako)
- Kioo au kitambaa nyeupe (kitendo cha kuosha cha ishara)
- Komunyo (tia muhuri utambulisho mpya

## Utambuzi Muhimu

Kilichowekwa alama katika roho **huonekana katika roho** - ondoa kile ambacho adui alitumia kukutambulisha.

## Jarida la Tafakari

- Je, nimewahi kuona alama za ajabu, michubuko, au alama kwenye mwili wangu bila maelezo?
- Je, kuna vitu, kutoboa, au tatoo ninazohitaji kukataa au kuondoa?
- Je, nimeuweka wakfu upya mwili wangu kikamilifu kama hekalu la Roho Mtakatifu?

## Maombi ya Kubadilisha Chapa

**Bwana Yesu**, ninakataa kila alama, agano, na wakfu unaofanywa katika mwili au roho yangu nje ya mapenzi Yako. Kwa damu Yako, ninafuta kila chapa ya kishetani. Ninatangaza kwamba nimetiwa alama kwa ajili ya Kristo pekee. Acha muhuri Wako wa umiliki uwe juu yangu, na acha kila roho ya ufuatiliaji inipoteze sasa. Sionekani tena na giza. Ninatembea huru - katika jina la Yesu, Amina.

# SIKU YA 15: HALI YA KIOO - KUTOROKA GEREZANI YA TAFAKARI

"*Kwa maana sasa twaona katika kioo kwa giza; lakini wakati huo tunaona uso kwa uso...*" 1 Wakorintho 13:12

"*Wana macho lakini hawawezi kuona, wana masikio lakini hawawezi kusikia.*" — Zaburi 115:5-6

Kuna **ulimwengu wa kioo** katika ulimwengu wa roho - mahali pa *vitambulisho ghushi*, udanganyifu wa kiroho, na tafakari za giza. Kile wengi wanaona katika ndoto au maono kinaweza kuwa vioo visivyotoka kwa Mungu, lakini zana za udanganyifu kutoka kwa ufalme wa giza.

Katika uchawi, vioo hutumiwa **kunasa roho**, **kufuatilia maisha**, au **kuhamisha haiba**. Katika baadhi ya vipindi vya ukombozi, watu huripoti kujiona "wanaishi" mahali pengine - ndani ya kioo, kwenye skrini, au nyuma ya pazia la kiroho. Hizi sio ndoto. Mara nyingi ni magereza ya kishetani yaliyoundwa kwa:

- Kata roho
- Kuchelewa hatima
- Kuchanganya utambulisho
- Panga ratiba mbadala za kiroho

Lengo? Ili kuunda *toleo la uwongo* kwako ambalo unaishi chini ya udhibiti wa pepo huku ubinafsi wako halisi ukiishi kwa kuchanganyikiwa au kushindwa.

**Maneno ya Ulimwenguni**

- **Afrika** - Kuakisi uchawi unaotumiwa na wachawi kufuatilia, kunasa, au kushambulia.
- **Asia** - Washamani hutumia bakuli za maji au mawe yaliyosafishwa ili

"kuona" na kuita roho.
- **Ulaya** - mila ya kioo nyeusi, necromancy kupitia tafakari.
- **Amerika ya Kusini** - Kuangalia kupitia vioo vya obsidian katika mila ya Azteki.
- **Amerika Kaskazini** - Milango ya vioo vya kizazi kipya, kutazama kwa kioo kwa usafiri wa nyota.

## Ushuhuda - "Msichana kwenye Kioo"
### Maria kutoka Ufilipino
Maria alikuwa na ndoto za kunaswa kwenye chumba kilichojaa vioo. Kila wakati alipofanya maendeleo maishani, aliona toleo lake kwenye kioo likimvuta nyuma. Usiku mmoja wakati wa ukombozi, alipiga mayowe na kueleza kuwa alijiona "akitoka kwenye kioo" na kuingia katika uhuru. Mchungaji wake alimpaka mafuta machoni na kumuongoza katika kukataa kudanganywa na kioo. Tangu wakati huo, uwazi wake wa kiakili, biashara, na maisha ya familia yamebadilika.

### David kutoka Uskoti
David, ambaye wakati mmoja alikuwa amezama katika kutafakari kwa kizazi kipya, alijizoeza "kazi ya kivuli cha kioo." Baada ya muda, alianza kusikia sauti na kujiona akifanya mambo ambayo hakukusudia. Baada ya kumpokea Kristo, mhudumu wa ukombozi alivunja uhusiano wa nafsi ya kioo na kuomba juu ya akili yake. David aliripoti kuhisi kama "ukungu umeinuliwa" kwa mara ya kwanza baada ya miaka mingi.

### Mpango wa Utekelezaji - Vunja Tahajia ya Kioo

1. **Kataa** ushiriki wote unaojulikana au usiojulikana na vioo vinavyotumiwa kiroho.
2. **Funika vioo vyote vya nyumbani kwako** kwa kitambaa wakati wa sala au kufunga (ikiwa umeongozwa).
3. **Paka mafuta macho yako na paji la uso wako** - tangaza kuwa unaona tu kile Mungu anachokiona.
4. **Tumia Maandiko** kutangaza utambulisho wako katika Kristo, sio kwa tafakari ya uwongo:
    - *Isaya 43:1*
    - *2 Wakorintho 5:17*

- Yohana 8:36

## MAOMBI YA KIKUNDI - Marejesho ya Utambulisho

- Uliza: Je, umewahi kuwa na ndoto zinazohusisha vioo, vioo viwili, au kutazamwa?
- Ongoza maombi ya kurejesha utambulisho - kutangaza uhuru kutoka kwa matoleo ya uwongo ya kibinafsi.
- Weka mikono juu ya macho (kwa mfano au kwa maombi) na uombe uwazi wa kuona.
- Tumia kioo katika kikundi kutamka hivi kiunabii: *"Mimi ndiye ambaye Mungu asema mimi."*

### Zana za Wizara:

- Nguo nyeupe (alama za kufunika)
- Mafuta ya mizeituni kwa upako
- Mwongozo wa tamko la kioo cha kinabii

### Utambuzi Muhimu

Adui anapenda kupotosha jinsi unavyojiona - kwa sababu utambulisho wako ndio mahali pako pa kufikia hatima.

### Jarida la Tafakari

- Je, nimeamini uwongo kuhusu mimi ni nani?
- Je, nimewahi kushiriki katika mila za kioo au kuruhusu uchawi wa kioo bila kujua?
- Je, Mungu anasema nini kuhusu mimi ni nani?

### Maombi ya Uhuru kutoka kwa Ulimwengu wa Kioo

**Baba uliye Mbinguni**, ninavunja kila agano na ulimwengu wa kioo - kila tafakari ya giza, maradufu ya kiroho, na kalenda ya matukio ghushi. Ninakataa utambulisho wote wa uwongo. Ninajitangaza kuwa mimi ndiye ambaye unasema kuwa mimi ni. Kwa damu ya Yesu, ninatoka katika gereza la tafakari na kuingia katika utimilifu wa kusudi langu. Kuanzia leo, ninaona kwa macho ya Roho - katika ukweli na uwazi. Katika jina la Yesu, Amina.

# SIKU YA 16: KUVUNJA KIFUNGO CHA NENO LA LAANA - KUREJESHA JINA LAKO, BAADAYE YAKO

"*Mauti na uzima huwa katika uwezo wa ulimi...*" – Mithali 18:21
"*Kila silaha itakayofanyika juu yako haitafanikiwa, na kila ulimi utakaoinuka juu yako katika hukumu utauhukumu kuwa mkosa.*" — Isaya 54:17

Maneno sio sauti tu - ni **vyombo vya kiroho**, vinavyobeba nguvu za kubariki au kufunga. Watu wengi bila kujua wanatembea chini ya **uzito wa laana zilizosemwa** juu yao na wazazi, walimu, viongozi wa kiroho, wapenzi wa zamani, au hata vinywa vyao wenyewe.

Baadhi wamesikia haya hapo awali:

- "Hautawahi kuwa kitu chochote."
- "Wewe ni kama baba yako - hauna maana."
- "Kila kitu unachogusa kinashindwa."
- "Ikiwa siwezi kuwa na wewe, hakuna mtu atakayeweza."
- "Umelaaniwa... tazama uone."

Maneno kama haya, yakisemwa kwa hasira, chuki, au woga - hasa na mtu mwenye mamlaka - yanaweza kuwa mtego wa kiroho. Hata laana zinazojiita kama vile *"Laiti nisingalizaliwa"* au *"Sitawahi kuolewa"* zinaweza kumpa adui msingi wa kisheria.

**Maneno ya Ulimwenguni**

- **Afrika** - Laana za kikabila, laana za wazazi juu ya uasi, laana za sokoni.
- **Asia** - matamko ya maneno yanayotegemea Karma, viapo vya mababu vinavyosemwa juu ya watoto.
- **Amerika ya Kusini** - Brujeria (uchawi) laana zilizoamilishwa na neno

la kusema.
- **Ulaya** - Hexes zinazozungumzwa, "unabii" wa familia unaojitimiza.
- **Amerika Kaskazini** - Matusi ya maneno, nyimbo za uchawi, uthibitisho wa chuki binafsi.

Iwe ni ya kunong'ona au kupigiwa kelele, laana zinazosemwa kwa hisia na imani hubeba uzito katika roho.

**Ushuhuda - "Mama Yangu Alipozungumza Kifo"**
**Keisha (Jamaika)**

Keisha alikua akimsikia mama yake akisema: *"Wewe ndio sababu ya maisha yangu kuharibiwa."* Kila siku ya kuzaliwa, kitu kibaya kitatokea. Akiwa na umri wa miaka 21, alijaribu kujiua, akishawishika kuwa maisha yake hayakuwa na thamani. Wakati wa ibada ya ukombozi, mhudumu aliuliza hivi: *"Ni nani aliyesema kifo juu ya uhai wako?"* Alivunjika. Baada ya kukataa maneno na kuachilia msamaha, hatimaye alipata furaha. Sasa, anawafundisha wasichana wadogo jinsi ya kuzungumza maisha juu yao wenyewe.

**Andrei (Romania)**

Mwalimu wa Andrei alisema wakati mmoja: *"Utafungwa gerezani au utakufa kabla ya miaka 25."* Kauli hiyo ilimtesa. Alianguka katika uhalifu, na saa 24 alikamatwa. Akiwa gerezani, alikutana na Kristo na kutambua laana aliyokubaliana nayo. Alimwandikia mwalimu barua ya msamaha, akararua kila uwongo uliosemwa juu yake, na kuanza kusema ahadi za Mungu. Sasa anaongoza wizara ya kuwafikia wafungwa.

**Mpango wa Utekelezaji - Badilisha laana**

1. Andika kauli hasi zilizosemwa juu yako - na wengine au wewe mwenyewe.
2. Katika maombi, **achana na kila neno laana** (itamka kwa sauti).
3. **Toa msamaha** kwa mtu aliyezungumza.
4. **Sema ukweli wa Mungu** juu yako ili kuchukua nafasi ya laana kwa baraka:
   - *Yeremia 29:11*
   - *Kumbukumbu la Torati 28:13*
   - *Warumi 8:37*
   - *Zaburi 139:14*

### Utumiaji wa Kikundi - Nguvu ya Maneno

- Uliza: Ni kauli gani zimeunda utambulisho wako - nzuri au mbaya?
- Katika vikundi, vunja laana kwa sauti kubwa (kwa usikivu), na sema baraka badala yake.
- Tumia kadi za maandiko - kila mtu anasoma kwa sauti kweli 3 kuhusu utambulisho wao.
- Wahimize washiriki kuanza *Amri ya Baraka ya siku 7* juu yao wenyewe.

### Zana za Wizara:

- Kadi zenye utambulisho wa maandiko
- Mafuta ya mizeituni kupaka vinywani (hotuba takatifu)
- Tamko la kioo - sema ukweli juu ya tafakari yako kila siku

### Utambuzi Muhimu

Ikiwa laana ilizungumzwa, inaweza kuvunjwa - na neno jipya la uzima linaweza kusemwa mahali pake.

### Jarida la Tafakari

- Maneno ya nani yameunda utambulisho wangu?
- Je, nimejilaani kwa hofu, hasira, au aibu?
- Mungu anasema nini kuhusu wakati wangu ujao?

### Maombi ya Kuvunja Laana za Neno

**Bwana Yesu** , ninakanusha kila laana iliyosemwa juu ya maisha yangu - na familia, marafiki, walimu, wapenzi, na hata mimi mwenyewe. Ninasamehe kila sauti iliyotangaza kushindwa, kukataliwa, au kifo. Ninavunja nguvu ya maneno hayo sasa, katika jina la Yesu. Ninazungumza baraka, neema, na hatima juu ya maisha yangu. Mimi ndiye Unasema niko - kupendwa, kuchaguliwa, kuponywa, na huru. Katika jina la Yesu. Amina.

# SIKU YA 17: UKOMBOZI KUTOKA KUDHIBITI NA KUDHIBITI

"*Uchawi sio mara zote kanzu na sufuria - wakati mwingine ni maneno, hisia, na kamba zisizoonekana.*"

"**Kwa maana kuasi ni kama dhambi ya uchawi, na ukaidi ni kama uovu na kuabudu sanamu.**"

— *1 Samweli 15:23*

Uchawi haupatikani tu kwenye madhabahu. Mara nyingi huvaa tabasamu na kuendesha kupitia hatia, vitisho, kubembeleza, au woga. Biblia inasawazisha uasi—hasa uasi unaotumia udhibiti usio wa kimungu juu ya wengine—na uchawi. Wakati wowote tunapotumia shinikizo la kihisia-moyo, kisaikolojia, au la kiroho ili kutawala mapenzi ya mtu mwingine, tunatembea katika eneo hatari.

**Maonyesho ya Ulimwenguni**

- **Afrika** - Akina mama wanawalaani watoto kwa hasira, wapenzi kuwafunga wengine kwa "juju" au dawa za upendo, viongozi wa kiroho wakiwatisha wafuasi.
- **Asia** - Udhibiti mkuu juu ya wanafunzi, usaliti wa wazazi katika ndoa zilizopangwa, udanganyifu wa kamba za nishati.
- **Ulaya** - Viapo vya Freemason vinavyodhibiti tabia ya kizazi, hatia ya kidini na utawala.
- **Amerika ya Kusini** - Brujería (uchawi) ilitumika kuwaweka wenzi, usaliti wa kihisia uliokita mizizi katika laana za familia.
- **Amerika Kaskazini** - Uzazi wa Narcissistic, uongozi wa hila umefunikwa kama "kifuniko cha kiroho," unabii unaotegemea hofu.

Sauti ya uchawi mara nyingi hunong'ona hivi: *"Usipofanya hivi, utanipoteza, utanipoteza, upate kibali cha Mungu, au kuteseka."*

Lakini upendo wa kweli haubadiliki kamwe. Sauti ya Mungu daima huleta amani, uwazi, na uhuru wa kuchagua.

**Hadithi ya Kweli - Kuvunja Leash Isiyoonekana**

**Grace kutoka Kanada** alijihusisha sana na huduma ya kinabii ambapo kiongozi huyo alianza kuelekeza ni nani anaweza kuchumbiana naye, wapi aishi, na hata jinsi ya kuomba. Mwanzoni, ilionekana kuwa ya kiroho, lakini baada ya muda, alihisi kama mfungwa kwa maoni yake. Kila alipojaribu kufanya uamuzi wa kujitegemea, aliambiwa kwamba "anamwasi Mungu." Baada ya uchanganuzi na kusoma *Ushujaa Kubwa 14*, aligundua huu ulikuwa uchawi wa mvuto - kudhibiti kujifanya kuwa unabii.

Grace alikataa uhusiano wa nafsi na kiongozi wake wa kiroho, akatubu kwa ajili ya makubaliano yake mwenyewe na hila, na kujiunga na jumuiya ya mahali hapo kwa ajili ya uponyaji. Leo, yeye ni mzima na kusaidia wengine kutoka nje ya unyanyasaji wa kidini.

**Mpango Kazi - Kutambua Uchawi katika Mahusiano**

1. Jiulize: *Je, ninajisikia huru nikiwa na mtu huyu, au ninaogopa kuwakatisha tamaa?*
2. Orodhesha uhusiano ambapo hatia, vitisho, au kujipendekeza hutumiwa kama zana za kudhibiti.
3. Achana na kila uhusiano wa kihisia, kiroho, au nafsi unaokufanya uhisi kutawaliwa au kukosa sauti.
4. Omba kwa sauti ili kuvunja kila kamba ya ujanja maishani mwako.

### Zana za Maandiko

- **1 Samweli 15:23** - Uasi na uchawi
- **Wagalatia 5:1** "Simameni imara...
- **2 Wakorintho 3:17** - "Alipo Roho wa Bwana, hapo ndipo penye uhuru."
- **Mika 3:5-7** – Manabii wa uwongo wakitumia vitisho na hongo

### Majadiliano ya Kikundi & Matumizi

- Shiriki (bila kujulikana jina ikiwa inahitajika) wakati ambao ulihisi kudanganywa kiroho au kihisia.
- Igiza sala ya "kusema ukweli" - kuachilia udhibiti juu ya wengine na kurudisha mapenzi yako.
- Washiriki waandike barua (halisi au za kiishara) kuvunja uhusiano na watu wanaotawala na kutangaza uhuru katika Kristo.

**Zana za Wizara:**

- Washiriki wa uwasilishaji jozi.
- Tumia mafuta ya upako kutangaza uhuru juu ya akili na utashi.
- Tumia ushirika kuanzisha upya agano na Kristo kama *kifuniko pekee cha kweli*.

**Utambuzi Muhimu**

Ambapo ghiliba huishi, uchawi hustawi. Lakini palipo na Roho wa Mungu, ndipo penye uhuru.

**Jarida la Tafakari**

- Ni nani au nini nimeruhusu kudhibiti sauti yangu, mapenzi, au mwelekeo?
- Je, nimewahi kutumia woga au kujipendekeza ili kupata njia yangu?
- Ni hatua gani nitachukua leo ili kutembea katika uhuru wa Kristo?

**Maombi ya Ukombozi**

*Baba wa Mbinguni, ninakanusha kila aina ya upotoshaji wa kihisia, kiroho, na kisaikolojia unaofanya kazi ndani au karibu nami. Nilikata kila kifungo cha roho kilicho na mizizi ya hofu, hatia, na udhibiti. Ninaachana na uasi, utawala, na vitisho. Ninatangaza kwamba ninaongozwa na Roho wako pekee. Ninapokea neema ya kutembea katika upendo, ukweli, na uhuru. Katika jina la Yesu. Amina.*

# SIKU YA 18: KUVUNJA NGUVU YA KUTOSAMEHE NA UCHUNGU

"**K**utosamehe ni kama kunywa sumu na kutarajia mtu mwingine kufa." "Angalieni kwamba mzizi wa uchungu hauchipui na kusababisha taabu na kuwatia watu wengi unajisi."
— *Waebrania 12:15*

Uchungu ni mharibifu wa kimya kimya. Inaweza kuanza na maumivu - usaliti, uwongo, hasara - lakini ikiachwa bila kudhibitiwa, inakua katika kutosamehe, na hatimaye, kuwa mzizi unaotia sumu kila kitu.

Kutokusamehe kunafungua milango ya pepo wanaotesa (Mathayo 18:34). Inatia ufahamu, inazuia uponyaji, inasonga sala zako, na inazuia mtiririko wa nguvu za Mungu.

Ukombozi sio tu kutoa pepo - ni juu ya kuachilia kile ambacho umekuwa ukishikilia ndani.

### MANENO YA ULIMWENGU ya Uchungu

- **Afrika** - Vita vya kikabila, vurugu za kisiasa, na usaliti wa familia ulipitishwa kwa vizazi.
- **Asia** - Aibu kati ya wazazi na watoto, majeraha ya tabaka, usaliti wa kidini.
- **Ulaya** - Ukimya wa kizazi juu ya unyanyasaji, uchungu juu ya talaka au ukafiri.
- **Amerika ya Kusini** - Majeraha kutoka kwa taasisi mbovu, kukataliwa kwa familia, kudanganywa kwa kiroho.
- **Amerika ya Kaskazini** - Kanisa kuumia, kiwewe cha rangi, baba watoro, ukosefu wa haki mahali pa kazi.

Uchungu haupigi kelele kila wakati. Wakati fulani, inanong'ona, "Sitasahau kamwe walichofanya."

Lakini Mungu anasema: *Waachilie - si kwa sababu wanastahili, lakini kwa sababu **unastahili**.*

### Hadithi Halisi — Mwanamke Ambaye Hangesamehe

**Maria kutoka Brazili** alikuwa na umri wa miaka 45 alipokuja kwa mara ya kwanza kwa ajili ya ukombozi. Kila usiku aliota ndoto ya kunyongwa. Alikuwa na vidonda, shinikizo la damu, na kushuka moyo. Wakati wa kikao hicho, ilibainika kuwa alikuwa na chuki dhidi ya babake ambaye alimnyanyasa akiwa mtoto - na baadaye akaiacha familia.

Alikuwa amekuwa Mkristo, lakini hakuwahi kumsamehe.

Alipokuwa akilia na kumwachilia mbele ya Mungu, mwili wake ulitetemeka - kitu kilivunjika. Usiku huo, alilala kwa amani kwa mara ya kwanza baada ya miaka 20. Miezi miwili baadaye, afya yake ilianza kuimarika sana. Sasa anashiriki hadithi yake kama mkufunzi wa uponyaji kwa wanawake.

### Mpango wa Utekelezaji - Kuondoa Mzizi Mchungu

1. **Ipe jina** - Andika majina ya wale waliokuumiza - hata wewe mwenyewe au Mungu (ikiwa umemkasirikia kwa siri).
2. **Iachilie** - Sema kwa sauti: *"Ninachagua kusamehe [jina] kwa [kosa mahususi]. Ninawaachilia na kujiweka huru."*
3. **Ichome** - Ikiwa ni salama kufanya hivyo, choma au chaga karatasi kama kitendo cha kinabii cha kuachiliwa.
4. **Omba baraka** juu ya wale waliokukosea - hata kama hisia zako zinapinga. Hivi ni vita vya kiroho.

### Zana za Maandiko

- *Mathayo 18:21–35* – Mfano wa mtumishi asiyesamehe
- *Waebrania 12:15* - Mizizi ya uchungu huwatia wengi unajisi
- *Marko 11:25* - Samehe, ili maombi yako yasizuiliwe
- *Warumi 12:19–21* – Mwachie Mungu kisasi

## MAOMBI YA KIKUNDI & Wizara

- Uliza kila mtu (kwa faragha au kwa maandishi) kutaja mtu ambaye anajitahidi kusamehe.
- Gawanya katika timu za maombi ili kupitia mchakato wa msamaha kwa kutumia maombi hapa chini.
- Ongoza "sherehe ya kuteketezwa" ya kinabii ambapo makosa yaliyoandikwa yanaharibiwa na mahali pake pamewekwa matangazo ya uponyaji.

### Zana za Wizara:

- Kadi za tamko la msamaha
- Muziki laini wa ala au ibada ya kuloweka
- Mafuta ya furaha (kwa upako baada ya kuachiliwa)

### Utambuzi Muhimu

Kutokusamehe ni lango ambalo adui hulitumia. Msamaha ni upanga unaokata kamba ya utumwa.

### Jarida la Tafakari

- Je, ninahitaji kumsamehe nani leo?
- Je, nimejisamehe - au ninajiadhibu kwa makosa ya zamani?
- Je, ninaamini Mungu anaweza kurejesha nilichopoteza kupitia usaliti au kosa?

### Maombi ya Kuachiliwa

*Bwana Yesu, ninakuja mbele zako na maumivu yangu, hasira, na kumbukumbu. Ninachagua leo - kwa imani - kusamehe kila mtu ambaye ameniumiza, kunidhulumu, kunisaliti au kunikataa. Nikawaacha waende zao. Ninawaachilia kutoka kwa hukumu na ninajiondoa kutoka kwa uchungu. Ninakuomba upone kila jeraha na unijaze amani yako. Katika jina la Yesu. Amina.*

# SIKU YA 19: UPONYAJI KUTOKA KWA AIBU NA KULAANIWA

"*Aibu inasema, 'Mimi ni mbaya.' Lawama inasema, 'Sitakuwa huru kamwe.' Lakini Yesu anasema, 'Ninyi ni Wangu, nami nimewafanya kuwa mpya.'*"

"**Wale wanaomtazama Yeye wanang'aa; nyuso zao hazifunikwa kamwe na aibu.**"

— *Zaburi 34:5*

Aibu sio hisia tu - ni mkakati wa adui. Ni vazi analojifunika kwa wale walioanguka, kushindwa, au kukiukwa. Inasema, "Huwezi kumkaribia Mungu. Wewe ni mchafu sana. Umeharibika sana. Una hatia sana."

Lakini hukumu ni **uongo** - kwa sababu ndani ya Kristo, **hakuna hukumu** (Warumi 8: 1).

Watu wengi wanaotafuta ukombozi wanabaki kukwama kwa sababu wanaamini kuwa **hawastahili uhuru**. Wanabeba hatia kama beji na kurudia makosa yao mabaya kama rekodi iliyovunjwa.

Yesu hakulipia dhambi zako tu - alilipa aibu yako.

**Nyuso za Aibu Ulimwenguni**

- **Afrika** - Miiko ya kitamaduni kuhusu ubakaji, utasa, kukosa watoto, au kushindwa kuoa.
- **Asia** - Aibu isiyo na heshima kutokana na matarajio ya familia au kasoro ya kidini.
- **Amerika ya Kusini** - Hatia kutokana na utoaji mimba, ushirikishwaji wa uchawi, au aibu ya familia.
- **Ulaya** - Aibu iliyofichwa kutoka kwa dhambi za siri, unyanyasaji, au mapambano ya afya ya akili.
- **Amerika Kaskazini** - Aibu kutokana na uraibu, talaka, ponografia,

au kuchanganyikiwa kwa utambulisho.

Aibu husitawi katika ukimya - lakini inakufa katika mwanga wa upendo wa Mungu.

### Hadithi ya Kweli - Jina Jipya Baada ya Kutoa Mimba

**Jasmine kutoka Marekani** alitoa mimba mara tatu kabla ya kuja kwa Kristo. Ingawa aliokolewa, hakuweza kujisamehe. Kila Siku ya Akina Mama ilihisi kama laana. Watu walipozungumza kuhusu watoto au uzazi, alihisi kutoonekana - na mbaya zaidi, hafai.

Wakati wa mapumziko ya wanawake, alisikia ujumbe juu ya Isaya 61 - "badala ya aibu, sehemu mbili." Alilia. Usiku huo, aliandika barua kwa watoto wake ambao walikuwa hawajazaliwa, akatubu tena mbele za Bwana, na kupokea ono la Yesu akimpa majina mapya: *"Mpendwa," "Mama," "Amerejeshwa."*

Sasa anahudumia wanawake baada ya kutoa mimba na kuwasaidia kurudisha utambulisho wao katika Kristo.

### Mpango wa Utekelezaji - Toka nje ya Vivuli

1. **Taja Aibu** - Jarida kile ambacho umekuwa ukificha au kuhisi hatia kuyahusu.
2. **Ungama Uongo** - Andika mashtaka ambayo umeamini (kwa mfano, "Mimi ni mchafu," "Sina sifa").
3. **Badili na Ukweli** - Tangaza Neno la Mungu kwa sauti juu yako mwenyewe (tazama Maandiko hapa chini).
4. **Kitendo cha Kinabii** - Andika neno "AIBU" kwenye kipande cha karatasi, kisha uirarue au uchome moto. Tangaza: *"Sifungwi tena na hili!"*

### Zana za Maandiko

- *Warumi 8:1-2* - Hakuna hukumu katika Kristo
- *Isaya 61:7 BHN* - Sehemu mbili kwa aibu
- *Zaburi 34:5* - Mwangaza mbele zake
- *Waebrania 4:16* – Kufikia kwa ujasiri kiti cha enzi cha Mungu
- *Sefania 3:19-20* Mungu huondoa aibu kati ya mataifa

### Maombi ya Kikundi & Wizara

- Waalike washiriki kuandika taarifa za aibu zisizojulikana (kwa mfano, "Nilitoa mimba," "Nilinyanyaswa," "Nilifanya ulaghai") na kuziweka kwenye sanduku lililofungwa.
- Soma Isaya 61 kwa sauti, kisha uongoze maombi ya kubadilishana - maombolezo kwa furaha, majivu kwa uzuri, aibu kwa heshima.
- Cheza muziki wa kuabudu unaosisitiza utambulisho katika Kristo.
- Sema maneno ya kinabii juu ya watu ambao wako tayari kuachiliwa.

### Zana za Wizara:

- Kadi za tamko la utambulisho
- Mafuta ya upako
- Orodha ya kucheza ya ibada yenye nyimbo kama vile "Unasema" (Lauren Daigle), "Si Watumwa Tena," au "Unasema Mimi Ni Nani"

### Utambuzi Muhimu

Aibu ni mwizi. Inaiba sauti yako, furaha yako, na mamlaka yako. Yesu hakusamehe tu dhambi zako - Aliondoa aibu ya uwezo wake.

### Jarida la Tafakari

- Je, ni kumbukumbu gani ya kwanza ya aibu ninayoweza kukumbuka?
- Ni uwongo gani nimekuwa nikiamini juu yangu mwenyewe?
- Je, niko tayari kujiona jinsi Mungu anionavyo - safi, angavu, na mteule?

### Maombi ya Uponyaji

*Bwana Yesu, nakuletea aibu yangu, maumivu yangu yaliyofichwa, na kila sauti ya hukumu. Ninatubu kwa kukubaliana na uongo wa adui kuhusu mimi ni nani. Ninachagua kuamini unachosema - kwamba nimesamehewa, kupendwa na kufanywa mpya. Ninapokea vazi Lako la haki na kuingia katika uhuru. Ninatembea nje ya aibu na kuingia katika utukufu Wako. Katika jina la Yesu, Amina.*

# SIKU YA 20: UCHAWI WA KAYA — GIZA LINAPOISHI CHINI YA PAA MOJA

"*Sio kila adui yuko nje. Wengine huvaa sura zinazofahamika.*"
"**Adui za mtu watakuwa watu wa nyumba yake mwenyewe.**"
— *Mathayo 10:36*

Baadhi ya vita vikali zaidi vya kiroho havipiganiwi katika misitu au vihekalu - bali katika vyumba vya kulala, jikoni na madhabahu za familia.

**Uchawi wa kaya** hurejelea shughuli za kishetani zinazotoka ndani ya familia ya mtu - wazazi, wenzi wa ndoa, ndugu, wafanyakazi wa nyumbani, au jamaa wa karibu - kupitia wivu, mazoezi ya uchawi, madhabahu ya mababu, au udanganyifu wa moja kwa moja wa kiroho.

Ukombozi unakuwa mgumu wakati watu wanaohusika ni **wale tunaowapenda au tunaishi nao.**

**Mifano ya Kimataifa ya Uchawi wa Kaya**

- **Afrika** - Mama wa kambo mwenye wivu hutuma laana kupitia chakula; ndugu huwashawishi roho dhidi ya kaka aliyefanikiwa zaidi.
- **India & Nepal** - Akina mama huweka watoto wakfu kwa miungu wanapozaliwa; madhabahu za nyumbani hutumiwa kudhibiti hatima.
- **Amerika ya Kusini** - Brujeria au Santeria walijizoeza kwa siri na jamaa kudanganya wenzi wa ndoa au watoto.
- **Ulaya** - Uapi uliofichwa au viapo vya uchawi katika mistari ya familia; mila za kiakili au za kiroho zilipitishwa.
- **Amerika Kaskazini** - Wazazi wa Wiccan au wa umri mpya "wanabariki" watoto wao na fuwele, utakaso wa nishati, au tarot.

Nguvu hizi zinaweza kujificha nyuma ya shauku ya familia, lakini lengo lao ni udhibiti, vilio, ugonjwa, na utumwa wa kiroho.

**Hadithi ya Kweli - Baba yangu, Nabii wa Kijiji**

Mwanamke kutoka Afrika Magharibi alilelewa katika nyumba ambayo baba yake alikuwa nabii wa kijiji aliyeheshimiwa sana. Kwa watu wa nje, alikuwa kiongozi wa kiroho. Nyuma ya milango iliyofungwa, alizika hirizi kwenye boma na akatoa dhabihu kwa niaba ya familia zinazotafuta upendeleo au kulipiza kisasi.

Mitindo ya ajabu iliibuka katika maisha yake: ndoto mbaya za mara kwa mara, uhusiano ulioshindwa, na ugonjwa usioelezeka. Alipotoa maisha yake kwa Kristo, baba yake alimgeukia, akisema hatafanikiwa bila msaada wake. Maisha yake yalisonga mbele kwa miaka.

Baada ya miezi kadhaa ya maombi ya usiku wa manane na kufunga, Roho Mtakatifu alimwongoza kuachana na kila mtu aliyevaa vazi la uchawi la baba yake. Alizika maandiko katika kuta zake, akachoma ishara za zamani, na kutia mafuta kizingiti chake kila siku. Polepole, mafanikio yalianza: afya yake ilirudi, ndoto zake zikasafishwa, na mwishowe akaolewa. Sasa anawasaidia wanawake wengine wanaokabili madhabahu za nyumbani.

**Mpango wa Utekelezaji - Kukabiliana na Roho inayojulikana**

1. **Tambua bila aibu** - Mwombe Mungu afichue nguvu zilizofichwa bila chuki.
2. **Vunja makubaliano ya nafsi** - Kataa kila uhusiano wa kiroho unaofanywa kupitia matambiko, madhabahu, au viapo vya kusemwa.
3. **Kujitenga kiroho** - Hata kama unaishi katika nyumba moja, unaweza **kutenganisha kiroho** kupitia maombi.
4. **Takasa nafasi yako** - Paka mafuta kila chumba, kitu, na kizingiti kwa mafuta na maandiko.

### Zana za Maandiko

- *Mika 7:5–7* – Usimwamini jirani
- *Zaburi 27:10* "Ingawa baba yangu na mama yangu wameniacha..."
- *Luka 14:26* – Kumpenda Kristo kuliko familia
- *2 Wafalme 11:1–3* – Ukombozi uliofichwa kutoka kwa malkia muuaji mama
- *Isaya 54:17* - Hakuna silaha itakayofanyika itafanikiwa

### Maombi ya Kikundi

- Shiriki mambo yaliyoonwa ambapo upinzani ulitoka katika familia.
- Omba kwa ajili ya hekima, ujasiri, na upendo mbele ya upinzani wa kaya.
- Ongoza sala ya kukataa kutoka kwa kila mtu au laana iliyotamkwa iliyotolewa na jamaa.

### Zana za Wizara:

- Mafuta ya upako
- Matangazo ya msamaha
- Maombi ya kutolewa kwa Agano
- Zaburi 91 kifuniko cha maombi

### Utambuzi Muhimu

Mstari wa damu unaweza kuwa baraka au uwanja wa vita. Umeitwa kuikomboa, sio kutawaliwa nayo.

### Jarida la Tafakari

- Je, nimewahi kupata upinzani wa kiroho kutoka kwa mtu wa karibu?
- Je, kuna mtu ninayehitaji kusamehe - hata kama bado anafanya kazi ya uchawi?
- Je, niko tayari kutengwa, hata kama itagharimu mahusiano?

### Maombi ya Kutengana na Ulinzi

*Baba, ninakubali kwamba upinzani mkubwa zaidi unaweza kutoka kwa wale walio karibu nami zaidi. Ninasamehe kila mwanakaya kwa kujua au kutojua kufanya kazi kinyume na hatima yangu. Ninavunja kila mshikamano wa nafsi, laana, na agano lililofanywa kupitia ukoo wangu wa ukoo ambao haupatani na Ufalme Wako. Kwa damu ya Yesu, ninaitakasa nyumba yangu na kutangaza: Mimi na nyumba yangu, tutamtumikia Bwana. Amina.*

# SIKU YA 21: ROHO YA YEZEBELI - UTONGO, UTAWALA NA UDHAIFU WA KIDINI.

"*Lakini nina neno juu yako: Unamvumilia yule mwanamke Yezebeli, ajiitaye nabii, na kwa mafundisho yake anapotosha...*" Ufunuo 2:20
"*Mwisho wake utakuja ghafula, bila dawa.*" — Methali 6:15
Baadhi ya roho hupiga kelele kutoka nje.
**Yezebeli ananong'ona kutoka ndani.**
Yeye hajaribu tu - **ananyakua, anadanganya, na anafisidi**, akiacha huduma zikivunjwa, ndoa zikiwa zimeshindikana, na mataifa kushawishiwa na uasi.
**Roho ya Yezebeli Ni Nini?**
Roho ya Yezebeli:

- Mimics unabii wa kupotosha
- Hutumia haiba na upotoshaji kudhibiti
- Huchukia mamlaka ya kweli na huwanyamazisha manabii
- Masks kiburi nyuma ya unyenyekevu wa uongo
- Mara nyingi hushikamana na uongozi au wale walio karibu nayo

Roho hii inaweza kufanya kazi kupitia **wanaume au wanawake**, na hustawi pale ambapo uwezo usiodhibitiwa, matamanio, au kukataliwa hukosa kuponywa.
**Maonyesho ya Ulimwenguni**

- **Afrika** - Manabii wa uwongo ambao huchezea madhabahu na kudai uaminifu kwa woga.
- **Asia** - Wafumbo wa kidini wakichanganya udanganyifu na maono ili

kutawala duru za kiroho.
- **Ulaya** - Ibada za miungu ya kale zilifufuliwa katika mazoea ya Enzi Mpya chini ya jina la uwezeshaji.
- **Amerika ya Kusini** - Makasisi wa kike wa Santeria wakiwa na udhibiti juu ya familia kupitia "ushauri wa kiroho."
- **Amerika Kaskazini** - Washawishi wa mitandao ya kijamii wanaokuza "uke wa Mungu" huku wakidhihaki utii wa Biblia, mamlaka, au usafi.

### Hadithi Halisi: *Yezebeli Aliyeketi Juu ya Madhabahu*

Katika taifa la Karibea, kanisa lililowaka moto kwa ajili ya Mungu lilianza kufifia - polepole, kwa hila. Kikundi cha maombezi ambacho kiliwahi kukutana kwa maombi ya usiku wa manane kilianza kutawanyika. Wizara ya vijana iliangukia kwenye kashfa. Ndoa kanisani zilianza kuharibika, na yule mchungaji aliyekuwa mkali akawa hana maamuzi na kuchoka kiroho.

Katikati ya yote alikuwa mwanamke - **Dada R**. Mrembo, mwenye mvuto, na mkarimu, alipendwa na wengi. Daima alikuwa na "neno kutoka kwa Bwana" na ndoto juu ya hatima ya kila mtu mwingine. Alijitolea kwa ukarimu kwa miradi ya kanisa na akapata kiti karibu na mchungaji.

Nyuma ya pazia, **alikashifu wanawake wengine kwa hila**, akamtongoza mchungaji mdogo, na akapanda mbegu za mgawanyiko. Alijiweka kama mamlaka ya kiroho huku akidhoofisha uongozi halisi kimya kimya.

Usiku mmoja, msichana kijana katika kanisa aliota ndoto ya wazi - aliona nyoka akiwa amejikunja chini ya mimbari, akinong'ona kwenye kipaza sauti. Kwa hofu, alimshirikisha mama yake ambaye alimletea mchungaji.

Uongozi uliamua kufunga **siku 3** kutafuta mwongozo wa Mungu. Siku ya tatu, wakati wa kipindi cha maombi, Dada R alianza kujidhihirisha kwa jeuri. Alifoka, akapiga kelele, na kuwashtaki wengine kwa uchawi. Ukombozi wenye nguvu ulifuata, naye akakiri: alikuwa ameanzishwa katika utaratibu wa kiroho katika miaka yake ya mwisho ya utineja, akiwa na kazi ya **kujipenyeza makanisani ili "kuiba moto wao."**

Alikuwa tayari ameingia katika **makanisa matano** kabla ya hili. Silaha yake haikuwa kubwa - ilikuwa ya **kubembeleza, kutongoza, kudhibiti hisia**, na udanganyifu wa kinabii.

Leo, kanisa hilo limejenga upya madhabahu yake. Mimbari imewekwa wakfu tena. Na msichana huyo mchanga? Sasa yeye ni mwinjilisti mkali ambaye anaongoza harakati za maombi ya wanawake.

**Mpango wa Utekelezaji — Jinsi ya Kukabiliana na Yezebeli**

1. **Tubu** kwa njia yoyote ambayo umeshirikiana na udanganyifu, udhibiti wa ngono, au kiburi cha kiroho.
2. **Tambua** tabia za Yezebeli - kujipendekeza, uasi, udanganyifu, unabii wa uongo.
3. **Vunja mahusiano ya nafsi** na ushirikiano usio takatifu katika maombi - hasa na mtu yeyote anayekuvuta mbali na sauti ya Mungu.
4. **Tangaza mamlaka yako** katika Kristo. Yezebeli anaogopa wale wanaojua wao ni nani.

**Maandiko Arsenal:**

- 1 Wafalme 18–21 – Yezebeli dhidi ya Eliya
- Ufunuo 2:18–29 – Onyo la Kristo kwa Thiatira
- Mithali 6:16-19 - Kile ambacho Mungu anachukia
- Wagalatia 5:19–21 – Matendo ya mwili

**Maombi ya Kikundi**

- Jadili: Je, umewahi kushuhudia ghiliba za kiroho? Ilijificha vipi?
- Kama kikundi, tangaza sera ya "kutovumilia" kwa Yezebeli - kanisani, nyumbani, au uongozi.
- Ikihitajika, pitia **maombi ya ukombozi** au funga ili kuvunja ushawishi wake.
- Weka wakfu upya huduma au madhabahu yoyote ambayo yamehujumiwa.

**Zana za Huduma:**

Tumia mafuta ya upako. Tengeneza nafasi ya kukiri na kusamehe. Imba nyimbo za kuabudu zinazotangaza **Ubwana wa Yesu.**

**Utambuzi Muhimu**

Yezebeli husitawi mahali ambapo **utambuzi ni mdogo** na **uvumilivu ni wa juu**. Utawala wake unaisha wakati mamlaka ya kiroho yanapoamka.

**Jarida la Tafakari**

- Je, nimeruhusu ghiliba kuniongoza?
- Je, kuna watu au mvuto ambao nimeuinua juu ya sauti ya Mungu?
- Je, nimenyamazisha sauti yangu ya kinabii kwa woga au udhibiti?

**Maombi ya Ukombozi**

*Bwana Yesu, ninakataa kila muungano na roho ya Yezebeli. Ninakataa udanganyifu, udhibiti, unabii wa uwongo na udanganyifu. Safisha moyo wangu wa kiburi, woga, na maelewano. Ninarudisha mamlaka yangu. Acha kila madhabahu ambayo Yezebeli amejenga maishani mwangu ibomolewe. Ninakuweka enzi Wewe, Yesu, kama Bwana juu ya uhusiano wangu, wito, na huduma. Nijaze utambuzi na ujasiri. Kwa jina lako, Amina.*

# SIKU YA 22: PYTHONS NA MAOMBI - KUVUNJA ROHO YA KUBANA.

"*Wakati mmoja tulipokuwa tukienda mahali pa maombi, tulikutana na mtumwa wa kike ambaye alikuwa na roho ya Python ...*" - Matendo 16:16

"*Utatembea kwa simba na nyongeza ...*" - Zaburi 91:13

Kuna roho ambayo haiumi - **inafinya**.

Inazima moto wako. Inazunguka maisha yako ya maombi, pumzi yako, ibada yako, nidhamu yako - hadi uanze kukata tamaa kwa kile ambacho kilikupa nguvu.

Hii ni roho ya **Chatu** - nguvu ya kishetani ambayo **huzuia ukuzi wa kiroho, kuchelewesha hatima, kunyonga sala, na unabii wa bandia**.

**Maonyesho ya Ulimwenguni**

- **Afrika** - Roho ya chatu inaonekana kama nguvu ya uwongo ya kinabii, inayofanya kazi katika madhabahu ya baharini na misitu.
- **Asia** - Roho za nyoka zinazoabudiwa kama miungu ambayo lazima ilishwe au kutuliza.
- **Amerika ya Kusini** - Madhabahu za nyoka za Santeria zinazotumiwa kwa utajiri, tamaa, na mamlaka.
- **Ulaya** - Alama za nyoka katika uchawi, utabiri, na duru za kiakili.
- **Amerika Kaskazini** - Sauti bandia za "kinabii" zilizokita mizizi katika uasi na machafuko ya kiroho.

**Ushuhuda:** *Msichana Ambaye Hakuweza Kupumua*

Marisol kutoka Colombia alianza kuwa na upungufu wa kupumua kila alipopiga magoti kusali. Kifua chake kingebana. Ndoto zake zilijaa picha za nyoka, wakijikunja shingoni mwake au kupumzika chini ya kitanda chake. Madaktari hawakupata chochote kibaya kiafya.

Siku moja, nyanya yake alikiri Marisol alikuwa "amejitolea" kama mtoto kwa roho ya mlima inayojulikana kuonekana kama nyoka. Ilikuwa **"roho ya mlinzi"**, lakini ilikuja na gharama.

Wakati wa mkutano wa ukombozi, Marisol alianza kupiga mayowe makali huku mikono ikiwekwa juu yake. Alihisi kitu kikisogea tumboni mwake, juu ya kifua chake, na kisha kutoka kinywani mwake kama hewa inayotolewa.

Baada ya mkutano huo, upungufu wa pumzi uliisha. Ndoto zake zilibadilika. Alianza kuongoza mikutano ya maombi - kitu ambacho adui alijaribu kumnyonga.

**Ishara Unaweza Kuwa Chini ya Ushawishi wa Roho ya Python**

- Uchovu na uzito kila unapojaribu kuomba au kuabudu
- Kuchanganyikiwa kwa kinabii au ndoto za udanganyifu
- Hisia za mara kwa mara za kusongwa, kuzuiwa, au kufungwa
- Unyogovu au kukata tamaa bila sababu wazi
- Kupoteza hamu ya kiroho au motisha

**Mpango wa Utekelezaji - Kuvunja Mkazo**

1. **Tubu** ushiriki wowote wa uchawi, kiakili, au mababu.
2. **Tamka mwili na roho yako kuwa ni vya Mungu pekee.**
3. **Kufunga na vita** kwa kutumia Isaya 27:1 na Zaburi 91:13.
4. **Paka mafuta koo, kifua na miguu yako** - ukidai uhuru wa kuzungumza, kupumua, na kutembea katika ukweli.

**Maandiko ya Ukombozi:**

- Matendo 16:16–18 – Paulo atoa pepo wa chatu
- Isaya 27:1 - Mungu anamwadhibu Leviathan, nyoka anayekimbia
- Zaburi 91 - Ulinzi na mamlaka
- Luka 10:19 - Uwezo wa kukanyaga nyoka na nge

## MAOMBI YA KIKUNDI

- Uliza: Ni nini kinachosonga maisha yetu ya maombi - kibinafsi na ushirika?
- Ongoza maombi ya kupumua ya kikundi - kutangaza **pumzi ya Mungu** (Ruach) juu ya kila mshiriki.
- Vunja kila mvuto wa kinabii wa uwongo au shinikizo kama la nyoka katika ibada na maombezi.

**Zana za Huduma:** Ibada kwa filimbi au ala za kupumua, kukata kamba kwa ishara, mitandio ya maombi kwa uhuru wa kupumua.

**Utambuzi Muhimu**

Roho ya Chatu huziba kile ambacho Mungu anataka kuzaliwa. Ni lazima ikabiliwe ili kurejesha pumzi yako na ujasiri.

**Jarida la Tafakari**

- Ni lini nilijihisi huru kabisa katika maombi?
- Je, kuna dalili za uchovu wa kiroho ambazo nimekuwa nikipuuza?
- Je, nimekubali bila kujua "ushauri wa kiroho" ambao ulileta mkanganyiko zaidi?

**Maombi ya Ukombozi**

*Baba, kwa jina la Yesu, ninavunja kila roho inayolazimisha iliyopewa kusongesha kusudi langu. Ninaikana roho ya chatu na sauti zote za uwongo za kinabii. Ninapokea pumzi ya Roho Wako na kutangaza: Nitapumua kwa uhuru, nitaomba kwa ujasiri, na kutembea kwa unyofu. Kila nyoka anayezunguka maisha yangu amekatwa na kutupwa nje. Ninapokea ukombozi sasa. Amina.*

# SIKU YA 23: VITI VYA ENZI VYA UOVU - KUBOMOA NGOME ZA MAENEO.

"*Je! Kiti cha udhalimu, ambacho hupanga uovu kwa sheria, kitashirikiana nawe?*" — Zaburi 94:20
"*Kushindana kwetu sisi si juu ya damu na nyama, bali juu ya...*

Kuna **viti vya enzi visivyoonekana** - vilivyowekwa katika miji, mataifa, familia, na mifumo - ambapo nguvu za kishetani **hutawala kisheria** kupitia maagano, sheria, ibada ya sanamu, na uasi wa muda mrefu.

Haya si mashambulizi ya nasibu. Hizi ni **mamlaka zilizotawazwa**, zilizokita mizizi katika miundo inayoendeleza uovu katika vizazi.

Hadi viti hivi vya enzi **vitakapovunjwa kiroho**, mizunguko ya giza itaendelea - bila kujali ni maombi mengi kiasi gani yanatolewa kwenye ngazi ya uso.

### Ngome za Ulimwengu na Viti vya Enzi

- **Afrika** - Viti vya uchawi katika damu za kifalme na mabaraza ya jadi.
- **Ulaya** - Viti vya enzi vya usekula, freemasonry, na uasi uliohalalishwa.
- **Asia** - Viti vya enzi vya ibada ya sanamu katika mahekalu ya mababu na nasaba za kisiasa.
- **Amerika ya Kusini** - Viti vya enzi vya ugaidi wa narco, ibada za kifo, na ufisadi.
- **Amerika ya Kaskazini** - Viti vya enzi vya upotovu, utoaji mimba, na ukandamizaji wa rangi.

Viti hivi vya enzi vinaathiri maamuzi, kukandamiza ukweli, na **kumeza hatima**.

**Ushuhuda:** *Kutolewa kwa Diwani wa Jiji*

Katika jiji la Kusini mwa Afrika, diwani Mkristo aliyechaguliwa hivi karibuni aligundua kila mwenye ofisi kabla yake aidha alikuwa amepagawa, ameachana, au alikufa ghafla.

Baada ya siku za maombi, Bwana alifunua **kiti cha enzi cha dhabihu ya damu** kilichozikwa chini ya jengo la manispaa. Mwonaji wa ndani alikuwa amepanda hirizi zamani kama sehemu ya dai la eneo.

Diwani huyo aliwakusanya waombezi, akafunga na kufanya ibada usiku wa manane ndani ya ukumbi wa baraza hilo. Zaidi ya usiku tatu, wafanyakazi waliripoti mayowe ya ajabu kwenye kuta, na nguvu ikakatika.

Ndani ya wiki moja, maungamo yakaanza. Mikataba ya ufisadi ilifichuliwa, na baada ya miezi kadhaa, huduma za umma zikaboreka. Kiti cha enzi kilikuwa kimeanguka.

**Mpango wa Utekelezaji - Kuondoa Giza**

1. **Tambua kiti cha enzi** - mwombe Bwana akuonyeshe ngome za kimaeneo katika jiji lako, ofisi, ukoo wa damu, au eneo.
2. **Tubu kwa niaba ya nchi** (Danieli 9-style maombezi).
3. **Kuabudu kimkakati** - viti vya enzi hubomoka wakati utukufu wa Mungu unachukua nafasi (ona 2 Nya. 20).
4. **Tangaza jina la Yesu** kama Mfalme pekee wa kweli juu ya eneo hilo.

**Maandiko Anchor:**

- Zaburi 94:20 - Viti vya uovu
- Waefeso 6:12 - Watawala na mamlaka
- Isaya 28:6 - Roho ya haki kwa wale wanaopigana
- 2 Wafalme 23 - Yosia anaharibu madhabahu na viti vya enzi vya ibada ya sanamu

## USHIRIKIANO WA KIKUNDI

- Endesha kipindi cha "ramani ya kiroho" ya mtaa au jiji lako.
- Uliza: Je, ni mizunguko gani ya dhambi, maumivu, au ukandamizaji hapa?

- Teua "walinzi" wa kusali kila wiki katika maeneo muhimu ya lango: shule, mahakama, sokoni.
- Kundi linaloongoza linaamuru dhidi ya watawala wa kiroho kwa kutumia Zaburi 149:5–9.

**Vyombo vya Huduma:** Shofar, ramani za jiji, mafuta ya mizeituni kwa kuweka wakfu ardhini, miongozo ya kutembea kwa maombi.

**Utambuzi Muhimu**

Ikiwa ungependa kuona mabadiliko katika jiji lako, **lazima upe changamoto kwenye kiti cha enzi nyuma ya mfumo** - sio tu uso ulio mbele yake.

**Jarida la Tafakari**

- Je, kuna vita vya mara kwa mara katika jiji langu au familia ambayo huhisi kuwa kubwa kuliko mimi?
- Je, nimerithi vita dhidi ya kiti cha enzi ambacho sikukiweka?
- Ni "watawala" gani wanaohitaji kuketishwa katika sala?

**Maombi ya Vita**

*Ee Bwana, funua kila kiti cha enzi cha uovu kinachotawala eneo langu. Ninatangaza jina la Yesu kama Mfalme pekee! Hebu kila madhabahu iliyofichika, sheria, mapatano, au nguvu zinazolazimisha giza zitawanywe kwa moto. Ninachukua nafasi yangu kama mwombezi. Kwa damu ya Mwanakondoo na neno la ushuhuda wangu, ninabomoa viti vya enzi na kumtawaza Kristo juu ya nyumba yangu, mji na taifa langu. Katika jina la Yesu. Amina.*

# SIKU YA 24: VIPANDE VYA NAFSI - WAKATI SEHEMU ZAKO ZINAKOSA

"*Hunihuisha nafsi yangu...*" —Zaburi 23:3
"*Nitaponya jeraha zako, asema BWANA, kwa maana umeitwa mwenye kutupwa.*" —Yeremia 30:17

Kiwewe kina njia ya kuvunja roho. Unyanyasaji. Kukataliwa. Usaliti. Hofu ya ghafla. Huzuni ya muda mrefu. Matukio haya hayaachi kumbukumbu tu - **yanavunja mtu wako wa ndani**.

Watu wengi hutembea huku na huku wakionekana mzima lakini wanaishi na **vipande vyao havipo**. Furaha yao imegawanyika. Utambulisho wao umetawanyika. Wamenaswa katika maeneo ya wakati wa kihisia - sehemu yao wamekwama katika siku za nyuma zenye uchungu, huku mwili ukiendelea kuzeeka mbele.

Hivi ni **vipande vya nafsi** - sehemu za ubinafsi wako wa kihisia, kisaikolojia, na kiroho ambazo zimevunjwa kutokana na kiwewe, kuingiliwa na pepo, au udanganyifu wa uchawi.

Hadi vipande hivyo vikusanywe, kuponywa, na kuunganishwa tena kupitia Yesu, **uhuru wa kweli bado haupatikani**.

**Vitendo vya Wizi wa Nafsi Ulimwenguni**

- **Afrika** – Waganga wakinasa "kiini" cha watu kwenye mitungi au vioo.
- **Asia** - Taratibu za kunasa nafsi na gurus au watendaji wa tantric.
- **Amerika ya Kusini** - Nafsi ya Kishamani inagawanyika kwa udhibiti au laana.
- **Ulaya** - Kioo cha uchawi kinachotumika kuvunja utambulisho au kuiba upendeleo.
- **Amerika Kaskazini** - Kiwewe kutokana na unyanyasaji, uavyaji

mimba, au mkanganyiko wa utambulisho mara nyingi husababisha majeraha makubwa ya nafsi na kugawanyika.

**Hadithi:** *Msichana Ambaye Hakuweza Kuhisi*

Andrea, mwenye umri wa miaka 25 kutoka Hispania, alikuwa amevumilia kwa miaka mingi kuteswa na mshiriki wa familia yake. Ingawa alimkubali Yesu, alibaki amekufa ganzi kihisia. Hakuweza kulia, kupenda, au kuhisi huruma.

Mhudumu aliyezuru alimuuliza swali geni: "Uliiacha wapi shangwe yako?" Andrea alipofumba macho, alikumbuka akiwa na umri wa miaka 9, akiwa amejikunja chumbani, akijiambia, "Sitawahi kuhisi tena."

Waliomba pamoja. Andrea alisamehe, akakana nadhiri za ndani, na kumwalika Yesu katika kumbukumbu hiyo hususa. Alilia bila kujizuia kwa mara ya kwanza baada ya miaka mingi. Siku hiyo, **roho yake ilirejeshwa**.

**Mpango wa Utekelezaji - Kurejesha Nafsi & Uponyaji**

1. Muulize Roho Mtakatifu: *Ni wapi nilipopoteza sehemu yangu?*
2. Msamehe mtu yeyote aliyehusika katika wakati huo, na **ukatae nadhiri za ndani** kama vile "Sitamwamini tena."
3. Mwalike Yesu katika ukumbusho, na useme uponyaji katika wakati huo.
4. Omba: *"Bwana, uirejeshe nafsi yangu. Naita kila kipande changu kirudi na kuponywa."*

**Maandiko Muhimu:**

- Zaburi 23:3 - Hurudisha nafsi
- Luka 4:18 - Kuponya waliovunjika moyo
- 1 Wathesalonike 5:23 - Roho, nafsi, na mwili zimehifadhiwa
- Yeremia 30:17 – Uponyaji kwa waliofukuzwa na majeraha

**Maombi ya Kikundi**

- Waongoze washiriki kupitia **kipindi cha maombi cha uponyaji cha ndani**.
- Uliza: *Je, kuna nyakati katika maisha yako ambapo uliacha kuamini,*

kuhisi, au kuota?
- Igizo "kurudi kwenye chumba kile" na Yesu na kumwangalia akiponya jeraha.
- Viongozi wanaoaminika waweke mikono kwa upole vichwani na kutangaza urejesho wa roho zao.

**Zana za Huduma:** Muziki wa ibada, mwangaza laini, tishu, vishawishi vya uandishi wa habari.

**Utambuzi Muhimu**

Ukombozi sio tu kutoa pepo. Inakusanya **vipande vilivyovunjika na kurejesha utambulisho**.

**Jarida la Tafakari**

- Ni matukio gani ya kutisha ambayo bado yanadhibiti jinsi ninavyofikiri au kuhisi leo?
- Je, niliwahi kusema, "Sitapenda tena," au "Siwezi kumwamini mtu yeyote tena"?
- Je, "ukamilifu" unaonekanaje kwangu - na niko tayari kwa hilo?

## SALA YA UREJESHO

*Yesu, Wewe ndiwe Mchungaji wa roho yangu. Ninakuletea kila mahali ambapo nimevunjwa-vunjwa - kwa woga, aibu, maumivu, au usaliti. Ninavunja kila kiapo cha ndani na laana inayosemwa katika kiwewe. Nawasamehe walionijeruhi. Sasa, ninaita kila kipande cha nafsi yangu kurudi. Unirudishe kikamilifu - roho, nafsi, na mwili. Sijavunjika milele. Mimi ni mzima ndani Yako. Katika jina la Yesu. Amina.*

# SIKU YA 25: LAANA YA WATOTO WA AJABU — WAKATI MAELEZO YANAPOBADILISHWA WAKATI WA KUZALIWA

"*Watoto wao ni watoto wa kigeni; sasa mwezi mmoja utawala pamoja na mafungu yao.*" — Hosea 5:7

"*Kabla sijakuumba katika tumbo nalikujua...*" Yeremia 1:5

Sio kila mtoto aliyezaliwa ndani ya nyumba alikusudiwa kwa nyumba hiyo. Sio kila mtoto aliyebeba DNA yako amebeba urithi wako.

Adui kwa muda mrefu ametumia **kuzaliwa kama uwanja wa vita** - kubadilishana hatima, kupanda watoto bandia, kuanzisha watoto katika maagano ya giza, na kuchezea matumbo kabla ya mimba kuanza.

Hili si suala la kimwili tu. Ni **shughuli ya kiroho** - inayohusisha madhabahu, dhabihu, na sheria za kishetani.

**Je! Watoto Wa Ajabu Ni Nini?**

"Watoto wa ajabu" ni:

- Watoto waliozaliwa kupitia kujitolea kwa uchawi, matambiko, au maagano ya ngono.
- Watoto walibadilika wakati wa kuzaliwa (ama kiroho au kimwili).
- Watoto wanaobeba migawo ya giza katika familia au ukoo.
- Nafsi zilizokamatwa tumboni kupitia uchawi, uchawi, au madhabahu ya kizazi.

Watoto wengi hukua katika uasi, uraibu, chuki dhidi ya wazazi au ubinafsi—si kutokana na malezi mabaya tu bali kwa sababu ya **wale waliodai kuwa wao kiroho walipozaliwa**.

## MANENO YA ULIMWENGUNI

- **Afrika** - Mabadilishano ya kiroho hospitalini, uchafuzi wa matumbo ya uzazi kupitia roho za baharini au ngono ya kitamaduni.
- **India** - Watoto huanzishwa katika mahekalu au hatima za karma kabla ya kuzaliwa.
- **Haiti & Amerika ya Kusini** - Wakfu wa Santeria, watoto waliotungwa mimba kwenye madhabahu au baada ya miujiza.
- **Mataifa ya Magharibi** - IVF na mazoea ya urithi wakati mwingine yanahusishwa na mikataba ya uchawi au nasaba za wafadhili; utoaji mimba unaoacha milango ya kiroho wazi.
- **Tamaduni za Wenyeji Ulimwenguni Pote** - Sherehe za kuwapa majina Roho au uhamishaji wa utambulisho.

### Hadithi: *Mtoto Mwenye Roho Mbaya*

Clara, nesi kutoka Uganda, alishiriki jinsi mwanamke alivyomleta mtoto wake mchanga kwenye mkutano wa maombi. Mtoto alipiga kelele kila wakati, alikataa maziwa, na akajibu kwa jeuri kwa sala.

Neno la kinabii lilifunua kwamba mtoto huyo alikuwa "amebadilishwa" katika roho wakati wa kuzaliwa. Mama huyo alikiri kuwa mganga alisali juu ya tumbo lake huku akitamani kupata mtoto.

Kupitia toba na maombi makali ya ukombozi, mtoto alilegea, kisha akawa na amani. Mtoto baadaye alistawi - akionyesha dalili za kurejesha amani na maendeleo.

Sio mateso yote kwa watoto ni ya asili. Baadhi ni **kazi kutoka mimba**.

**Mpango wa Utekelezaji - Kurudisha Hatima ya Tumbo**

1. Ikiwa wewe ni mzazi, **weka wakfu mtoto wako upya kwa Yesu Kristo**.
2. Kataa laana, wakfu, au maagano yoyote kabla ya kuzaa—hata bila kujua yaliyofanywa na mababu.
3. Zungumza moja kwa moja na roho ya mtoto wako katika sala: *"Wewe ni wa Mungu, hatima yako imerudishwa."*

4. Ikiwa huna mtoto, liombee tumbo lako la uzazi, ukikataa aina zote za kudanganywa au kuchezewa kiroho.

**Maandiko Muhimu:**

- Hosea 9:11–16 – Hukumu juu ya mbegu ngeni
- Isaya 49:25 - Kushindana kwa ajili ya watoto wako
- Luka 1:41 - Watoto waliojazwa na Roho kutoka tumboni
- Zaburi 139:13–16 – Ubunifu wa makusudi wa Mungu ndani ya tumbo la uzazi

**Ushirikiano wa Kikundi**

- Waombe wazazi walete majina au picha za watoto wao.
- Tangaza juu ya kila jina: "Utambulisho wa mtoto wako umerudishwa, kila mkono wa kigeni umekatwa."
- Ombea utakaso wa tumbo la kiroho kwa wanawake wote (na wanaume kama wabebaji wa mbegu za kiroho).
- Tumia ushirika kuashiria kurejesha hatima ya mstari wa damu.

**Vyombo vya Huduma:** Ushirika, mafuta ya upako, majina yaliyochapishwa au vitu vya watoto (hiari).

**Utambuzi Muhimu**

Shetani hulenga tumbo la uzazi kwa sababu **hapo ndipo manabii, wapiganaji, na hatima zinaundwa**. Lakini kila mtoto anaweza kurejeshwa kwa njia ya Kristo.

**Jarida la Tafakari**

- Je, nimewahi kuwa na ndoto za ajabu wakati wa ujauzito au baada ya kuzaliwa?
- Je! watoto wangu wanajitahidi kwa njia ambazo zinaonekana kuwa sio za asili?
- Je, niko tayari kukabiliana na asili ya kiroho ya uasi wa kizazi au kuchelewa?

**Maombi ya Ukombozi**

*Baba, ninaleta tumbo langu la uzazi, uzao wangu, na watoto wangu kwenye madhabahu yako. Ninatubu kwa mlango wowote - unaojulikana au usiojulikana - ambao uliwapa adui ufikiaji. Ninavunja kila laana, kujitolea, na kazi ya kishetani iliyofungwa kwa watoto wangu. Ninasema juu yao: Ninyi ni mtakatifu, mmechaguliwa, na mmetiwa muhuri kwa utukufu wa Mungu. Hatima yako imekombolewa. Katika jina la Yesu. Amina.*

# SIKU YA 26: MADHABAHU ZA NGUVU ZILIZOFICHA — KUVUNJA HURU NA MAAGANO YA WASOMI WA KICHAWI

"*Tena Ibilisi akamchukua mpaka mlima mrefu sana, akamwonyesha milki zote za ulimwengu na utukufu wao, akasema, Haya yote nitakupa, ukiinama na kuniabudu.*" — Mathayo 4:8-9

Wengi wanafikiri nguvu za kishetani zinapatikana tu katika mila za nyuma au vijiji vya giza. Lakini baadhi ya maagano hatari zaidi yamefichwa nyuma ya suti zilizong'aa, vilabu vya wasomi, na ushawishi wa vizazi vingi.

Hizi ni **madhabahu za mamlaka** - zinazoundwa na viapo vya damu, uanzishwaji, alama za siri, na ahadi zilizotamkwa ambazo zinawafunga watu binafsi, familia, na hata mataifa yote kwa utawala wa Lusifa. Kutoka kwa Freemasonry hadi ibada za Kabbalistic, kutoka kwa nyota za Mashariki hadi shule za kale za Misri na Babeli za mafumbo - wanaahidi kuelimika lakini wanatoa utumwa.

**Miunganisho ya Ulimwenguni**

- **Ulaya na Amerika Kaskazini** – Uamasoni, Urosicrucianism, Agizo la Alfajiri ya Dhahabu, Fuvu na Mifupa, uanzishaji wa Bohemian Grove, Kabbalah.
- **Afrika** - Mikataba ya kisiasa ya damu, mazungumzo ya roho ya mababu kwa ajili ya utawala, ushirikiano wa juu wa uchawi.
- **Asia** - Jamii zilizoangaziwa, mapatano ya roho ya joka, nasaba za damu zilizounganishwa na uchawi wa zamani.
- **Amerika ya Kusini** - Santeria ya Kisiasa, ulinzi wa kitamaduni unaohusishwa na cartel, mapatano yaliyofanywa kwa mafanikio na kinga.
- **Mashariki ya Kati** - Mila za kale za Babiloni, za Waashuru

zilipitishwa chini ya kivuli cha kidini au kifalme.

### Ushuhuda – Mjukuu wa Freemason Apata Uhuru

Carlos, aliyelelewa katika familia yenye ushawishi huko Argentina, hakujua kamwe kwamba babu yake alikuwa amefikia digrii ya 33 ya Freemasonry. Maonyesho ya ajabu yalikuwa yameathiri maisha yake - kupooza kwa usingizi, uharibifu wa uhusiano, na kutokuwa na uwezo thabiti wa kufanya maendeleo, bila kujali jinsi alivyojaribu sana.

Baada ya kuhudhuria mafundisho ya ukombozi ambayo yalifichua viungo vya uchawi vya wasomi, alikabili historia ya familia yake na akapata regalia ya masonic na majarida yaliyofichwa. Wakati wa mfungo wa usiku wa manane, alikana kila agano la damu na akatangaza uhuru katika Kristo. Wiki hiyohiyo, alipata mafanikio ya kazi ambayo alikuwa amengoja kwa miaka mingi.

Madhabahu za hali ya juu huunda upinzani wa hali ya juu - lakini **damu ya Yesu** inazungumza kwa sauti kubwa kuliko kiapo au ibada yoyote.

### Mpango wa Utekelezaji - Kufichua Loji Iliyofichwa

1. **Chunguza** : Je, kuna uhusiano wa kimasoni, esoteric, au wa siri katika mstari wako wa damu?
2. **Kataa** kila agano linalojulikana na lisilojulikana kwa kutumia matamko yanayotegemea Mathayo 10:26–28.
3. **Choma au ondoa** alama zozote za uchawi: piramidi, macho ya kuona yote, dira, obelisks, pete, au nguo.
4. **Omba kwa sauti** :

*"Ninavunja kila makubaliano yaliyofichika na jumuiya za siri, madhehebu mepesi, na undugu wa uwongo. Ninamtumikia Bwana Yesu Kristo pekee."*

### Maombi ya Kikundi

- Waruhusu wanachama waandike uhusiano wowote unaojulikana au unaoshukiwa kuwa wa uchawi wa wasomi.
- Ongoza **kitendo cha mfano cha kukata mahusiano** - kurarua karatasi, kuchoma picha, au kupaka paji la nyuso zao kama muhuri wa kutenganisha.
- Tumia **Zaburi ya 2** kutangaza kuvunjwa kwa njama za kitaifa na

familia dhidi ya watiwa-mafuta wa Bwana.

**Utambuzi Muhimu**
Mshiko mkuu wa Shetani mara nyingi huvikwa usiri na ufahari. Uhuru wa kweli huanza unapofichua, kukataa, na kuondoa madhabahu hizo kwa ibada na ukweli.

**Jarida la Tafakari**

- Je, nimerithi mali, mamlaka, au fursa ambazo zinahisi kuwa "zimevunjika" kiroho?
- Je, kuna miunganisho ya siri katika ukoo wangu ambayo nimeipuuza?
- Itanigharimu nini kukataza ufikiaji wa mamlaka kwa watu wasiomcha Mungu - na niko tayari?

**Maombi ya Ukombozi**
*Baba, ninatoka katika kila nyumba iliyofichwa, madhabahu, na makubaliano - kwa jina langu au kwa niaba ya ukoo wangu wa damu. Ninakata kila kamba ya nafsi, kila kamba ya damu, na kila kiapo kilichotolewa kwa kujua au kutojua. Yesu, Wewe ndiwe Nuru yangu pekee, Kweli yangu pekee, na kifuniko changu pekee. Acha moto Wako ukute kila kiungo kisicho cha Mungu kwa uwezo, ushawishi, au udanganyifu. Ninapokea uhuru kamili, katika jina la Yesu. Amina.*

# SIKU YA 27: MASHIRIKIANO YASIYO TAKATIFU - UASHI, ILUMINATI NA KUINGIA KIROHO.

"*Msijihusishe na matendo yasiyo na matunda ya giza, bali yafichueni.*" — Waefeso 5:11

"*Hamuwezi kunywea kikombe cha Bwana na kikombe cha mashetani pia.*" — 1 Wakorintho 10:21

Kuna mashirika ya siri na mitandao ya kimataifa ambayo inajionyesha kama mashirika ya kindugu yasiyo na madhara - yanayotoa misaada, uhusiano, au ufahamu. Lakini nyuma ya pazia kuna viapo vya kina zaidi, mila ya damu, mahusiano ya nafsi, na tabaka za mafundisho ya Luciferian yaliyofunikwa na "nuru."

Freemasonry, Illuminati, Eastern Star, Fuvu na Mifupa, na mitandao dada zao sio vilabu vya kijamii tu. Ni madhabahu za utii - zingine zilianzia karne nyingi zilizopita - iliyoundwa ili kujipenyeza kiroho katika familia, serikali, na hata makanisa.

### Global Footprint

- **Amerika Kaskazini na Ulaya** - mahekalu ya Freemasonry, nyumba za kulala wageni za Rite za Uskoti, Fuvu na Mifupa ya Yale.
- **Afrika** - Uanzishwaji wa kisiasa na kifalme na ibada za masoni, mikataba ya damu kwa ajili ya ulinzi au mamlaka.
- **Asia** - Shule za Kabbalah zimefunikwa kama mwangaza wa ajabu, ibada za siri za utawa.
- **Amerika ya Kusini** - Maagizo ya wasomi yaliyofichwa, Santeria iliunganishwa na ushawishi wa wasomi na mikataba ya damu.
- **Mashariki ya Kati** - Jumuiya za siri za Babeli ya Kale zilizoounganishwa na miundo ya nguvu na ibada ya nuru ya uwongo.

## MITANDAO HII MARA NYINGI:

- Inahitaji damu au viapo vya kusema.
- Tumia alama za uchawi (compass, piramidi, macho).
- Kufanya sherehe za kuomba au kuweka wakfu nafsi ya mtu kwa amri.
- Toa ushawishi au mali badala ya udhibiti wa kiroho.

### Ushuhuda – Ungamo la Askofu

Askofu mmoja katika Afrika Mashariki alikiri mbele ya kanisa lake kwamba aliwahi kujiunga na Freemason katika kiwango cha chini wakati wa chuo kikuu - kwa "mahusiano." Lakini alipopanda vyeo, alianza kuona mahitaji ya ajabu: kiapo cha ukimya, sherehe zilizofunikwa na alama na alama, na "nuru" ambayo ilifanya maisha yake ya maombi kuwa baridi. Aliacha kuota. Hakuweza kusoma Maandiko.

Baada ya kutubu na kushutumu hadharani kila daraja na nadhiri, ukungu wa kiroho uliondoka. Leo, anamhubiri Kristo kwa ujasiri, akifunua kile alichoshiriki mara moja. Minyororo haikuonekana - hadi kukatika.

### Mpango Kazi - Kuvunja Uamasoni & Ushawishi wa Jamii ya Siri

1. **Tambua** uhusika wowote wa kibinafsi au wa familia na Uamasoni, Urosicrucianism, Kabbalah, Fuvu la Kichwa na Mifupa, au maagizo sawa ya siri.
2. **Kataa kila kiwango au digrii ya uanzishwaji**, kuanzia tarehe 1 hadi 33 au zaidi, ikijumuisha taratibu zote, ishara na viapo. (Unaweza kupata ukanushaji wa uokoaji unaoongozwa mtandaoni.)
3. **Omba kwa mamlaka**:

*"Ninavunja kila kifungo cha nafsi, agano la damu, na kiapo kilichofanywa kwa jumuiya za siri - na mimi au kwa niaba yangu. Ninaikomboa nafsi yangu kwa ajili ya Yesu Kristo!"*

1. **Vunja vipengee vya ishara**: regalia, vitabu, vyeti, pete au picha zilizoandaliwa.
2. **Tangaza** uhuru kwa kutumia:

- *Wagalatia 5:1*
- *Zaburi 2:1–6*
- *Isaya 28:15–18*

### Maombi ya Kikundi

- Acha kikundi kifumbe macho yao na kumwomba Roho Mtakatifu kufichua uhusiano wowote wa siri au uhusiano wa kifamilia.
- Kukanusha ushirika: pitia maombi ili kushutumu kila uhusiano unaojulikana au usiojulikana kwa maagizo ya wasomi.
- Tumia ushirika kutia muhuri uvunjaji na kuunganisha upya maagano kwa Kristo.
- Paka vichwa na mikono - kurejesha uwazi wa akili na kazi takatifu.

### Utambuzi Muhimu

Kile ambacho ulimwengu unakiita "wasomi," Mungu anaweza kukiita chukizo. Sio ushawishi wote ni mtakatifu - na sio nuru yote ni Nuru. Hakuna kitu kama usiri usio na madhara wakati unahusisha viapo vya kiroho.

### Jarida la Tafakari

- Je, nimekuwa sehemu ya, au kutaka kujua kuhusu, maagizo ya siri au vikundi vya elimu ya fumbo?
- Je, kuna ushahidi wa upofu wa kiroho, vilio, au ubaridi katika imani yangu?
- Je, ninahitaji kukabiliana na ushiriki wa familia kwa ujasiri na neema?

### Sala ya Uhuru

*Bwana Yesu, ninakuja mbele zako kama Nuru ya pekee ya kweli. Ninakataa kila funga, kila kiapo, kila nuru ya uwongo, na kila utaratibu uliofichwa unaonidai. Nilikata Uamasoni, vyama vya siri, udugu wa zamani, na kila uhusiano wa kiroho unaohusishwa na giza. Ninatangaza kwamba niko chini ya damu ya Yesu pekee—nimetiwa muhuri, nimetolewa, na huru. Acha Roho Wako ayateketeze mabaki yote ya maagano haya. Katika jina la Yesu, amina.*

# SIKU YA 28: KABBALAH, GRIDI ZA NISHATI NA UTAMU WA "NURU" YA KIFUMBO.

"Kwa maana Shetani mwenyewe hujigeuza awe mfano wa malaika wa nuru." - 2 Wakorintho 11:14

"Nuru iliyo ndani yako ni giza, giza! — Luka 11:35

Katika enzi inayohangaishwa na nuru ya kiroho, wengi wanajiingiza katika mazoea ya kale ya Kabbalistic, uponyaji wa nishati, na mafundisho ya nuru ya fumbo yanayotokana na mafundisho ya uchawi bila kujua. Mafundisho haya mara nyingi hujifanya kuwa "mafumbo ya Kikristo," "hekima ya Kiyahudi," au "kiroho kinachotegemea sayansi" - lakini yanatoka Babiloni, sio Sayuni.

Kabbalah sio tu mfumo wa kifalsafa wa Kiyahudi; ni matrix ya kiroho iliyojengwa juu ya misimbo ya siri, machapisho ya kimungu (Sefirot), na njia za esoteric. Ni udanganyifu uleule wa kuvutia nyuma ya tarot, numerology, milango ya zodiac, na gridi za New Age.

Watu wengi mashuhuri, washawishi, na watu mashuhuri wa biashara huvaa nyuzi nyekundu, kutafakari kwa nishati ya kioo, au kufuata Zohar bila kujua kuwa wanashiriki katika mfumo usioonekana wa mtego wa kiroho.

**Matatizo ya Kimataifa**

- **Amerika Kaskazini** - vituo vya Kabbalah vilivyojificha kama nafasi za ustawi; kutafakari nishati iliyoongozwa.
- **Ulaya** - Druidic Kabbalah na Ukristo wa esoteric hufundishwa kwa maagizo ya siri.
- **Afrika** - Madhehebu ya Ustawi yanachanganya maandiko na nambari na milango ya nishati.
- **Asia** - Uponyaji wa Chakra umebadilishwa jina kama "kuwezesha mwanga" kulingana na misimbo ya ulimwengu wote.

- **Amerika ya Kusini** - Watakatifu waliochanganywa na malaika wakuu wa Kabbalistic katika Ukatoliki wa fumbo.

Huu ni udanganyifu wa nuru ya uwongo - ambapo ujuzi unakuwa mungu na mwanga unakuwa jela.

### Ushuhuda wa Kweli - Kuepuka "Mtego Mwepesi"

Marisol, mkufunzi wa biashara wa Amerika Kusini, alifikiri alikuwa amegundua hekima ya kweli kupitia hesabu na "mtiririko wa nishati ya kimungu" kutoka kwa mshauri wa Kabbalistic. Ndoto zake zikawa wazi, maono yake yalikuwa makali. Lakini amani yake? Imeondoka. Mahusiano yake? Inaporomoka.

Alijikuta akiteswa na viumbe wenye kivuli usingizini, licha ya "sala zake nyepesi za kila siku." Rafiki alimtumia ushuhuda wa video wa mtu wa zamani wa fumbo ambaye alikutana na Yesu. Usiku huo, Marisol alimwita Yesu. Aliona nuru nyeupe inayopofusha - sio ya fumbo, lakini safi. Amani ilirejea. Aliharibu nyenzo zake na kuanza safari yake ya ukombozi. Leo, anaendesha jukwaa la ushauri linalomlenga Kristo kwa wanawake walionaswa katika udanganyifu wa kiroho.

### Mpango wa Utekelezaji - Kukataa Mwangaza wa Uongo

1. **Kagua** kufichua kwako: Je, umesoma vitabu vya ajabu, kufanya mazoezi ya uponyaji wa nishati, kufuata nyota, au nyuzi nyekundu zilizovaliwa?
2. **Tubu** kwa ajili ya kutafuta nuru nje ya Kristo.
3. **Vunja mahusiano** na:
    - Mafundisho ya Kabbalah/Zohar
    - Dawa ya nishati au kuwezesha mwanga
    - Maombi ya malaika au usimbaji wa jina
    - Jiometri takatifu, numerology, au "misimbo"
4. **Omba kwa sauti** :

*"Yesu, Wewe ndiwe Nuru ya ulimwengu. Ninakataa kila nuru ya uwongo, kila mafundisho ya uchawi, na kila mtego wa fumbo. Ninarudi Kwako kama chanzo changu cha pekee cha ukweli!"*

1. **Maandiko ya Kutangaza :**
   - Yohana 8:12
   - Kumbukumbu la Torati 18:10–12
   - Isaya 2:6
   - 2 Wakorintho 11:13–15

## Maombi ya Kikundi

- Uliza: Je, wewe (au familia) umewahi kushiriki au kufunuliwa kwa Enzi Mpya, numerology, Kabbalah, au mafundisho ya fumbo ya "nuru"?
- Kundi la kukataa nuru ya uwongo na kujiweka wakfu tena kwa Yesu kama Nuru pekee.
- Tumia taswira ya chumvi na nyepesi - mpe kila mshiriki kiasi kidogo cha chumvi na mshumaa ili kutangaza, "Mimi ni chumvi na mwanga katika Kristo pekee."

## Utambuzi Muhimu

Sio nuru yote ni takatifu. Kinachoangaza nje ya Kristo hatimaye kitateketeza.

## Jarida la Tafakari

- Je, nimetafuta maarifa, nguvu, au uponyaji nje ya Neno la Mungu?
- Je, ni zana au mafundisho gani ya kiroho ninayohitaji kujiondoa?
- Je, kuna mtu yeyote ambaye nimemtambulisha kwa Enzi Mpya au mazoea ya "nyepesi" ninayohitaji sasa kuelekeza nyuma?

## Maombi ya Ukombozi

*Baba, sikubaliani na kila roho ya nuru ya uwongo, fumbo, na maarifa ya siri. Ninakanusha Kabbalah, numerology, jiometri takatifu, na kila msimbo wa giza unaojifanya kuwa nyepesi. Ninatangaza Yesu ni Nuru ya maisha yangu. Ninatembea mbali na njia ya udanganyifu na kuingia katika ukweli. Nisafishe kwa moto wako na unijaze na Roho Mtakatifu. Katika jina la Yesu. Amina.*

# SIKU YA 29: PAZIA LA ILLUMINATI - KUFICHUA MITANDAO YA WASOMI WA UCHAWI

"*Wafalme wa dunia wanasimama na watawala wanakusanyika juu ya Bwana na Mtiwa-Mafuta wake.*" — Zaburi 2:2

"*Hakuna lililofichwa ambalo halitafunuliwa, wala lililositirika ambalo halitafunuliwa.*" — Luka 8:17

Kuna ulimwengu ndani ya ulimwengu wetu. Imefichwa kwa macho ya wazi.

Kutoka Hollywood hadi fedha za juu, kutoka kwa korido za kisiasa hadi himaya za muziki, mtandao wa miungano ya giza na mikataba ya kiroho hutawala mifumo inayounda utamaduni, mawazo, na nguvu. Ni zaidi ya njama - ni uasi wa zamani uliowekwa upya kwa hatua ya kisasa.

Illuminati, kwa msingi wake, sio tu jamii ya siri - ni ajenda ya Luciferian. Piramidi ya kiroho ambapo wale walio juu huweka kiapo cha utii kwa njia ya damu, tambiko, na kubadilishana roho, ambayo mara nyingi hufungwa kwa ishara, mitindo na utamaduni wa pop ili kuwawekea sharti raia.

Hii sio kuhusu paranoia. Ni kuhusu ufahamu.

**HADITHI YA KWELI - Safari kutoka Umaarufu hadi Imani**

Marcus alikuwa mtayarishaji anayechipukia wa muziki nchini Marekani Wakati kibao chake kikuu cha tatu kilipovuka chati, alitambulishwa kwa klabu ya kipekee - wanaume na wanawake wenye nguvu, "washauri" wa kiroho, mikataba iliyoingizwa kwa usiri. Mwanzoni, ilionekana kama ushauri wa wasomi. Kisha vikao vya "ombi" vikaja - vyumba vya giza, taa nyekundu, nyimbo, na mila ya kioo. Alianza kupata safari za nje ya mwili, sauti za kumnong'oneza nyimbo usiku.

Usiku mmoja, chini ya ushawishi na mateso, alijaribu kujiua. Lakini Yesu aliingilia kati. Maombezi ya bibi aliyekuwa akiomba yalipenya. Alikimbia, akaachana na mfumo huo, na kuanza safari ndefu ya ukombozi. Leo, anafichua giza la tasnia hiyo kupitia muziki unaoshuhudia mwanga.

## MIFUMO SIRI YA UDHIBITI

- **Dhabihu za Damu na Taratibu za Ngono** - Kuanzishwa kwa mamlaka kunahitaji kubadilishana: mwili, damu, au kutokuwa na hatia.
- **Upangaji wa Akili (Mifumo ya MK Ultra)** - Inatumika katika media, muziki, siasa kuunda utambulisho na vidhibiti vilivyovunjika.
- **Ishara** - Macho ya piramidi, phoeniksi, sakafu ya checkerboard, bundi, na nyota zilizopinduliwa - lango la utii.
- **Mafundisho ya Luciferian** - "Fanya upendavyo," "Kuwa mungu wako mwenyewe," " Mwangaza wa Lightbearer ."

### Mpango wa Utekelezaji - Kuachana na Wavuti za Wasomi

1. **Tubu** kwa ajili ya kushiriki katika mfumo wowote unaofungamana na uwezo wa uchawi, hata bila kujua (muziki, vyombo vya habari, mikataba).
2. **Kataa** umaarufu kwa gharama yoyote, maagano yaliyofichwa, au kuvutiwa na maisha ya wasomi.
3. **Ombea** kila mkataba, chapa, au mtandao ambao uko sehemu yake. Mwambie Roho Mtakatifu afichue mahusiano yaliyofichika.
4. **Tangaza kwa sauti kubwa** :

"Ninakataa kila mfumo, kiapo, na ishara ya giza. Mimi ni wa Ufalme wa Nuru. Nafsi yangu haiuzwi!"

1. **Maandiko ya Anchor** :
    - Isaya 28:15–18 – Agano na mauti halitasimama
    - Zaburi 2 - Mungu hucheka njama mbaya

○ 1 Wakorintho 2:6-8 Watawala wa nyakati hizi hawaelewi hekima ya Mungu

## MAOMBI YA KIKUNDI

- Ongoza kikundi katika kipindi cha **utakaso wa alama** - leta picha au nembo washiriki wana maswali kuhusu.
- Wahimize watu kushiriki mahali ambapo wameona ishara za Illuminati katika utamaduni wa pop, na jinsi zilivyounda maoni yao.
- Waalike washiriki kuwasilisha **tena ushawishi wao** (muziki, mitindo, vyombo vya habari) kwa kusudi la Kristo.

### Utambuzi Muhimu
Udanganyifu wenye nguvu zaidi ni ule unaojificha kwa uzuri. Lakini mask inapoondolewa, minyororo huvunja.

### Jarida la Tafakari

- Je, ninavutiwa na ishara au mienendo ambayo sielewi kikamilifu?
- Je, nimefanya nadhiri au makubaliano kwa ajili ya kutafuta ushawishi au umaarufu?
- Je, ni sehemu gani ya karama au jukwaa langu ninalohitaji kujisalimisha tena kwa Mungu?

### Sala ya Uhuru
*Baba, ninakataa kila muundo uliofichwa, kiapo, na ushawishi wa Illuminati na uchawi wa wasomi. Ninakataa umaarufu bila Wewe, nguvu bila kusudi, na maarifa bila Roho Mtakatifu. Ninafuta kila agano la damu au neno lililowahi kufanywa juu yangu, kwa kujua au kutojua. Yesu, nakuweka kama Bwana juu ya akili yangu, karama, na hatima yangu. Fichua na uharibu kila mnyororo usioonekana. Kwa jina lako ninasimama, na ninatembea katika nuru. Amina.*

# SIKU YA 30: SHULE ZA MAFUMBO - SIRI ZA KALE, UFUNGWA WA KISASA

"Makoo yao ni makaburi wazi, ndimi zao zatenda hila; sumu ya nyoka-nyoka iko kwenye midomo yao." — Warumi 3:13

"Msiviite njama kila kitu wanachokiita watu hawa njama; msiogope kile wanachokiogopa... Bwana wa majeshi ndiye mnayepaswa kuhesabiwa kuwa mtakatifu." — Isaya 8:12-13

Muda mrefu kabla ya Illuminati, kulikuwa na shule za siri za kale - Misri, Babeli, Ugiriki, Uajemi - iliyoundwa sio tu kupitisha "maarifa," lakini kuamsha nguvu zisizo za kawaida kupitia mila ya giza. Leo, shule hizi hufufuliwa katika vyuo vikuu vya wasomi, mapumziko ya kiroho, kambi za "uhamasishaji", hata kupitia kozi za mafunzo za mtandaoni zilizofichwa kama maendeleo ya kibinafsi au mwamko wa hali ya juu.

Kutoka kwa miduara ya Kabbala hadi Theosophy, Maagizo ya Hermetic, na Rosicrucianism - lengo ni sawa: "kuwa kama miungu," kuamsha nguvu iliyofichwa bila kujisalimisha kwa Mungu. Nyimbo zilizofichwa, jiometri takatifu, makadirio ya astral, kufungua tezi ya pineal, na matambiko ya sherehe huleta wengi katika utumwa wa kiroho chini ya kivuli cha "mwanga."

Lakini kila "nuru" isiyokita mizizi ndani ya Yesu ni nuru ya uongo. Na kila kiapo kilichofichika lazima kivunjwe.

### Hadithi ya Kweli - Kutoka kwa Adept hadi Kutelekezwa

Sandra*, mkufunzi wa masuala ya afya wa Afrika Kusini, alianzishwa katika utaratibu wa fumbo wa Misri kupitia programu ya ushauri. Mafunzo hayo yalijumuisha mpangilio wa chakra, kutafakari kwa jua, mila za mwezi, na vitabu vya kale vya hekima. Alianza kupata "vipakuliwa" na "kupaa," lakini hivi karibuni haya yakageuka kuwa mashambulizi ya hofu, kupooza kwa usingizi, na matukio ya kujiua.

Mhudumu wa ukombozi alipofichua chanzo, Sandra aligundua kuwa roho yake ilikuwa imezimishwa kupitia viapo na mikataba ya kiroho. Kukataa agizo hilo kulimaanisha kupoteza mapato na miunganisho - lakini alipata uhuru wake. Leo, anaendesha kituo cha uponyaji kilichojikita katika Kristo, akiwaonya wengine kuhusu udanganyifu wa Kipindi Kipya.

### Mizizi ya Kawaida ya Shule za Siri Leo

- **Miduara ya Kabbalah** - fumbo la Kiyahudi lililochanganyika na hesabu, ibada ya malaika, na ndege za nyota.
- **Hermeticism** - "Kama hapo juu, hivyo chini" mafundisho; kuiwezesha nafsi kudhibiti ukweli.
- **Rosicrucians** - Maagizo ya siri yaliyofungwa kwa mabadiliko ya alchemical na kupaa kwa roho.
- **Freemasonry & Esoteric Fraternities** - Kuendelea kwa tabaka katika mwanga uliofichwa; kila shahada iliyofungwa na viapo na mila.
- **Mafungo ya Kiroho** - Sherehe za "kuelimika" za kiakili na shamans au "waelekezi."

### Mpango wa Utekelezaji - Kuvunja Nira za Kale

1. **Kataa** maagano yote yaliyofanywa kupitia maagano, kozi, au mikataba ya kiroho nje ya Kristo.
2. **Ghairi** nguvu za kila chanzo cha "nuru" au "nishati" ambacho hakina mizizi katika Roho Mtakatifu.
3. **Safisha** nyumba yako ya alama: ankhs, jicho la Horus, jiometri takatifu, madhabahu, uvumba, sanamu, au vitabu vya ibada.
4. **Tangaza kwa sauti** :

"Ninakataa kila njia ya zamani na ya kisasa kwa nuru ya uwongo. Ninawasilisha kwa Yesu Kristo, Nuru ya kweli. Kila kiapo cha siri kinavunjwa kwa damu yake."

## MAANDIKO ANCHOR

- Wakolosai 2:8 - Hakuna falsafa tupu na ya udanganyifu
- Yohana 1:4-5 Nuru ya kweli huangaza gizani
- 1 Wakorintho 1:19-20 Mungu huharibu hekima ya wenye hekima

## MAOMBI YA KIKUNDI

- Panga usiku wa mfano wa "kuchoma vitabu vya kukunjwa" (Matendo 19:19) - ambapo washiriki wa kikundi huleta na kuharibu vitabu vyovyote vya uchawi, vito vya thamani, na vitu.
- Ombea watu ambao "wamepakua" ujuzi wa ajabu au kufungua chakras za jicho la tatu kupitia kutafakari.
- Tembea washiriki kupitia maombi ya **"uhamisho mwepesi"** - ukimwomba Roho Mtakatifu kuchukua kila eneo ambalo hapo awali lilikuwa limesalitiwa kwa nuru ya uchawi.

## UTAMBUZI MUHIMU

Mungu hafichi ukweli katika mafumbo na matambiko - Anaufunua kupitia Mwanawe. Jihadharini na "nuru" ambayo inakuvuta gizani.

## JARIDA LA TAFAKARI

- Je, nimejiunga na shule yoyote ya mtandaoni au ya kimwili nikiahidi hekima ya kale, uanzishaji au uwezo wa mafumbo?
- Je, kuna vitabu, alama, au matambiko ambayo hapo awali nilifikiri hayana madhara lakini sasa ninahisi kuwa na hatia?
- Ni wapi ambapo nimetafuta uzoefu wa kiroho zaidi ya uhusiano na Mungu?

### Maombi ya Ukombozi

*Bwana Yesu, Wewe ndiwe Njia, Kweli, na Nuru. Ninatubu kwa kila njia niliyopita ambayo ilipita Neno Lako. Ninakanusha shule zote za mafumbo, maagizo ya siri, viapo, na unyago. Ninavunja uhusiano wa nafsi na waelekezi wote, walimu, mizimu, na mifumo iliyokita mizizi katika udanganyifu wa kale. Angazia nuru Yako katika kila mahali pa siri pa moyo wangu na unijaze na ukweli wa Roho Wako. Katika jina la Yesu, ninatembea huru. Amina.*

# SIKU YA 31: KABALAH, JIOMETRI TAKATIFU & UDANGANYIFU WA MWANGA WA WASOMI

"**K**wa maana Shetani mwenyewe hujigeuza awe mfano wa malaika wa nuru." — 2 Wakorintho 11:14

*"Mambo ya siri ni ya Bwana, Mungu wetu, lakini mambo yaliyofunuliwa ni yetu..."* Kumbukumbu la Torati 29:29

Katika utafutaji wetu wa maarifa ya kiroho, kuna hatari - mvuto wa "hekima iliyofichwa" ambayo inaahidi uwezo, nuru, na uungu mbali na Kristo. Kuanzia miduara ya watu mashuhuri hadi nyumba za kulala wageni za siri, kutoka sanaa hadi usanifu, muundo wa udanganyifu unaenea kote ulimwenguni, ukiwavuta wanaotafuta kwenye mtandao wa **Kabbalah**, **jiometri takatifu**, na **mafundisho ya mafumbo**.

Hizi sio tafiti za kiakili zisizo na madhara. Ni viingilio vya maagano ya kiroho na malaika walioanguka wakijigeuza kuwa nuru.

## MAONYESHO YA ULIMWENGUNI

- **Sekta ya Hollywood na Muziki** - Watu mashuhuri wengi huvaa vikuku vya Kabbalah waziwazi au kuchora tatoo alama takatifu (kama vile Mti wa Uzima) ambazo hufuata nyuma kwenye mafumbo ya Kiyahudi ya kichawi.
- **Mitindo na Usanifu** - Miundo ya Kimasoni na mifumo takatifu ya kijiometri (Ua la Maisha, hexagrams, Jicho la Horus) imepachikwa kwenye nguo, majengo, na sanaa ya dijiti.
- **Mashariki ya Kati na Ulaya** - Vituo vya kusoma vya Kabbalah

vinastawi miongoni mwa wasomi, mara nyingi vikichanganya usiri na hesabu, unajimu, na maombi ya malaika.

- **Miduara ya Mtandaoni na ya Kizazi Kipya Ulimwenguni Pote** - YouTube, TikTok, na podikasti hurekebisha " misimbo ya mwanga," "lango la nishati," "mitetemo 3-6-9," na mafundisho ya "matrix ya kimungu" kulingana na jiometri takatifu na mifumo ya Kabbalistic.

### Hadithi ya Kweli - Wakati Nuru Inakuwa Uongo

Jana, mwenye umri wa miaka 27 kutoka Uswidi, alianza kuchunguza Kabbalah baada ya kumfuata mwimbaji anayempenda zaidi ambaye aliisifu kwa "mwamko wake wa ubunifu." Alinunua bangili ya nyuzi nyekundu, akaanza kutafakari kwa kutumia mandala za kijiometri, na kujifunza majina ya malaika kutoka katika maandishi ya kale ya Kiebrania.

Mambo yalianza kubadilika. Ndoto zake ziligeuka kuwa za kushangaza. Angeweza kuhisi viumbe kando yake katika usingizi wake, kunong'ona hekima - na kisha kudai damu. Vivuli vilimfuata, lakini alitamani mwanga zaidi.

Hatimaye, alijikwaa kwenye video ya ukombozi mtandaoni na kugundua mateso yake haikuwa kupaa kiroho, bali udanganyifu wa kiroho. Baada ya miezi sita ya vikao vya ukombozi, kufunga, na kuchoma kila kitu cha Kabbalistic katika nyumba yake, amani ilianza kurejea. Sasa anawaonya wengine kupitia blogu yake: "Nuru ya uwongo karibu kuniangamiza."

## KUPAMBANUA NJIA

Kabbalah, huku wakati fulani wakiwa wamevaa mavazi ya kidini, inamkataa Yesu Kristo kama njia pekee ya kuelekea kwa Mungu. Mara nyingi huinua **"nafsi ya kiungu"** , inakuza **njia** na **kupanda kwa mti wa maisha** , na hutumia **fumbo la hisabati** kuita nguvu. Mazoea haya hufungua **milango ya kiroho** - si mbinguni, bali kwa vyombo vinavyojifanya kama wachukuaji nuru.

Mafundisho mengi ya Kabbalistic yanaingiliana na:

- Freemasonry
- Rosicrucianism
- Ugnostiki

- Ibada za kuelimisha za Luciferian

Madhehebu ya kawaida? Kutafuta utauwa bila Kristo.
**Mpango wa Utekelezaji - Kufichua na Kuondoa Mwanga wa Uongo**

1. **Tubu** kwa kila uchumba na Kabbalah, numerology, jiometri takatifu, au mafundisho ya "shule ya mafumbo".
2. **Vunja vitu vilivyo** nyumbani mwako vinavyohusishwa na desturi hizi - mandala, madhabahu, maandishi ya Kabbalah, gridi za fuwele, vito vya alama takatifu.
3. **Kataa roho za nuru ya uwongo** (kwa mfano, Metatron, Raziel, Shekinah katika hali ya fumbo) na uamuru kila malaika bandia kuondoka.
4. **Jitumbukize** katika usahili na utoshelevu wa Kristo (2 Wakorintho 11:3).
5. **Funga na ujipake mafuta** - macho, paji la uso, mikono - kukataa hekima yote ya uwongo na kutangaza uaminifu wako kwa Mungu pekee.

**Maombi ya Kikundi**

- Shiriki mikutano yoyote na "mafundisho mepesi," numerology, media ya Kabbalah, au alama takatifu.
- Kama kikundi, orodhesha vishazi au imani zinazosikika kuwa za "kiroho" lakini zinampinga Kristo (kwa mfano, "Mimi ni wa Mungu," "ulimwengu hutoa," "ufahamu wa Kristo").
- Paka kila mtu mafuta huku ukitangaza Yohana 8:12— *"Yesu ndiye Nuru ya Ulimwengu."*
- Choma au utupe nyenzo au vitu vyovyote vinavyorejelea jiometri takatifu, fumbo, au "nambari za kimungu."

**UTAMBUZI MUHIMU**

Shetani haji kwanza kama mharibifu. Mara nyingi huja kama mwanga - akitoa maarifa ya siri na nuru ya uwongo. Lakini nuru hiyo inaongoza kwenye giza kuu zaidi.

**Jarida la Tafakari**

- Je, nimefungua roho yangu kwa "nuru yoyote ya kiroho" iliyompita Kristo?
- Je, kuna alama, vifungu vya maneno au vitu ambavyo nilifikiri havina madhara lakini sasa vinatambulika kama lango?
- Je, nimeinua hekima ya kibinafsi juu ya ukweli wa Biblia?

**Maombi ya Ukombozi**

Baba, ninakanusha kila nuru ya uwongo, mafundisho ya fumbo, na maarifa ya siri ambayo yameinasa nafsi yangu. Ninakiri kwamba Yesu Kristo pekee ndiye Nuru ya kweli ya ulimwengu. Ninakataa Kabbalah, jiometri takatifu, numerology, na mafundisho yote ya mashetani. Acha kila roho ghushi sasa iondolewe kutoka kwa maisha yangu. Safisha macho yangu, mawazo yangu, mawazo yangu, na roho yangu. Mimi ni Wako pekee - roho, nafsi, na mwili. Katika jina la Yesu. Amina.

# SIKU YA 3 2: ROHO YA NYOKA NDANI - UKOMBOZI UNAPOCHELEWA SANA

"**W**ana macho yaliyojaa uzinzi,...wanawavuta roho zisizotulia; wameifuata njia ya Balaamu... ambaye amewekewa weusi wa giza milele." — 2 Petro 2:14–17

"Msidanganyike, Mungu hawezi kudhihakiwa, mtu huvuna apandacho. — Wagalatia 6:7

Kuna bandia ya kishetani ambayo huandamana kama mwangaza. Inaponya, inatia nguvu, inatia nguvu - lakini kwa msimu tu. Inanong'ona siri za kimungu, inafungua "jicho lako la tatu," inaachilia nguvu kwenye uti wa mgongo - na kisha **inakufanya mtumwa wa mateso** .

Ni **Kundalini** .

Roho **ya nyoka** .

"Roho takatifu" ya uwongo ya Enzi Mpya.

Mara baada ya kuanzishwa - kwa njia ya yoga, kutafakari, psychedelics, kiwewe, au mila ya uchawi - nguvu hii inazunguka chini ya uti wa mgongo na kuinuka kama moto kupitia chakras. Wengi wanaamini kuwa ni kuamka kiroho. Kwa kweli, ni **milki ya mapepo** iliyojificha kama nishati ya kimungu.

Lakini nini kitatokea ikiwa **haitapita** ?

**Hadithi ya Kweli - "Siwezi Kuizima"**

Marissa, msichana Mkristo huko Kanada, alikuwa amejihusisha na "yoga ya Kikristo" kabla ya kutoa maisha yake kwa Kristo. Alipenda hisia za amani, mitetemo, maono mepesi. Lakini baada ya kikao kimoja kikali ambapo alihisi uti wa mgongo wake "unawaka," alizimia - na akaamka akiwa hawezi kupumua. Usiku huo, kitu kilianza **kumtesa usingizi** , kugeuza mwili wake, kuonekana kama "Yesu" katika ndoto zake - lakini kumdhihaki.

Alipata **kujifungua** mara tano. Roho zingeondoka - lakini zirudi. Mgongo wake bado unatetemeka. Macho yake yaliona katika ulimwengu wa roho kila wakati. Mwili wake ungesonga bila hiari. Licha ya wokovu, sasa alikuwa akipitia kuzimu Wakristo wachache walioelewa. Roho yake iliokolewa - lakini nafsi yake ilivunjwa **, kupasuka, na kugawanyika** .

**Matokeo Hakuna Anayeyazungumza**

- **Macho ya tatu kubaki wazi** : Maono ya mara kwa mara, hallucinations, kelele ya kiroho, "malaika" kusema uongo.
- **Mwili hauachi kutetemeka** : Nishati isiyoweza kudhibitiwa, shinikizo kwenye fuvu, mapigo ya moyo.
- **Mateso yasiyokoma** : Hata baada ya vikao 10+ vya ukombozi.
- **Kutengwa** : Wachungaji hawaelewi. Makanisa yanapuuza tatizo hilo. Mtu huyo anaitwa "isiyo thabiti."
- **Hofu ya kuzimu** : Si kwa sababu ya dhambi, lakini kwa sababu ya mateso ambayo yanakataa kuisha.

**Je, Wakristo wanaweza kufikia hatua ya kutorudi tena?**

Ndiyo - katika maisha haya. Unaweza **kuokolewa** , lakini umegawanyika kiasi kwamba **nafsi yako iko katika mateso hadi kifo** .

Hii sio ya kutisha. Hili ni **onyo la kinabii** .

**Mifano ya Kimataifa**

- **Afrika** - Manabii wa uwongo wakitoa moto wa Kundalini wakati wa ibada - watu hutetemeka, kutoa povu, kucheka, au kunguruma.
- **Asia** - Mabwana wa Yoga wakipanda katika "siddhi" (kumilikiwa na pepo) na kuiita mungu -fahamu.
- **Ulaya/Amerika Kaskazini** - Mienendo ya Neo-charismatic inayoelekeza "maeneo ya utukufu," kubweka, kucheka, kuanguka bila kudhibitiwa - sio ya Mungu.
- **Amerika ya Kusini** - Uamsho wa Kishamani kwa kutumia ayahuasca (kupanda dawa) kufungua milango ya kiroho ambayo hawawezi kufunga.

**MPANGO KAZI - IKIWA Umeenda Mbali Sana**

1. **Ungama lango halisi** : Kundalini yoga, kutafakari kwa jicho la tatu, makanisa ya kizazi kipya, psychedelics, n.k.
2. **Acha kufukuza ukombozi** : Baadhi ya roho huteseka kwa muda mrefu unapoendelea kuwatia nguvu kwa woga.
3. **Jitie nanga katika Maandiko** KILA SIKU - hasa Zaburi 119, Isaya 61, na Yohana 1. Hizi huifanya upya nafsi.
4. **Jisalimishe kwa jumuiya** : Tafuta angalau mwamini mmoja aliyejazwa na Roho Mtakatifu ili utembee naye. Kujitenga kunawezesha pepo.
5. **Kataa "maono" yote ya kiroho, moto, maarifa, nishati** - hata ikiwa inahisi kuwa takatifu.
6. **Omba rehema kwa Mungu** - Sio mara moja. Kila siku. Kila saa. Endelea. Mungu anaweza asiondoe mara moja, lakini atakubeba.

## MAOMBI YA KIKUNDI

- Shikilia wakati wa kutafakari kimya. Uliza: Je, nimefuata nguvu za kiroho juu ya usafi wa kiroho?
- Waombee wale ambao wana adhabu isiyo na kikomo. USIahidi uhuru wa papo hapo - ahidi **uanafunzi** .
- Fundisha tofauti kati ya **tunda la Roho** (Wagalatia 5:22–23) na **maonyesho ya nafsi** (kutetemeka, joto, maono).
- Choma au uharibu kila kitu cha umri mpya: alama za chakra, fuwele, mikeka ya yoga, vitabu, mafuta, "kadi za Yesu."

**Utambuzi Muhimu**

Kuna **mstari** ambao unaweza kuvuka - wakati roho inakuwa lango wazi na inakataa kufunga. Roho yako inaweza kuokolewa ... lakini nafsi yako na mwili wako bado unaweza kuishi katika mateso kama umetiwa unajisi na mwanga wa uchawi.

**Jarida la Tafakari**

- Je, niliwahi kufuata nguvu, moto, au maono ya kinabii zaidi ya utakatifu na ukweli?
- Je, nimefungua milango kupitia mazoea ya enzi mpya ya "Ukristo"?
- Je, niko tayari **kutembea na Mungu kila siku** hata kama ukombozi kamili utachukua miaka mingi?

**Maombi ya Kuokoka**

Baba, ninalilia huruma. Ninakataa kila roho ya nyoka, nguvu ya Kundalini, kufumbua kwa jicho la tatu, moto wa uwongo, au bidhaa ghushi za zama mpya ambazo nimewahi kugusa. Ninaitoa nafsi yangu - iliyovunjika kama ilivyo - kurudi Kwako. Yesu, niokoe sio tu kutoka kwa dhambi, lakini kutoka kwa mateso. Funga milango yangu. Ponya akili yangu. Funga macho yangu. Ponda nyoka kwenye mgongo wangu. Ninakungoja, hata katika uchungu. Na sitakata tamaa. Katika jina la Yesu. Amina.

# SIKU YA 33: ROHO YA NYOKA NDANI - UKOMBOZI UNAPOCHELEWA SANA

"*Wana macho yaliyojaa uzinzi,...wanawavuta roho zisizotulia; wameifuata njia ya Balaamu... ambaye amewekewa weusi wa giza milele.*" — 2 Petro 2:14–17

"*Msidanganyike, Mungu hawezi kudhihakiwa, mtu huvuna apandacho.* — Wagalatia 6:7

Kuna bandia ya kishetani ambayo huandamana kama mwangaza. Inaponya, inatia nguvu, inatia nguvu - lakini kwa msimu tu. Inanong'ona siri za kimungu, inafungua "jicho lako la tatu," inaachilia nguvu kwenye uti wa mgongo - na kisha **inakufanya mtumwa wa mateso** .

Ni **Kundalini** .

Roho **ya nyoka** .

"Roho takatifu" ya uwongo ya Enzi Mpya.

Mara baada ya kuanzishwa - kwa njia ya yoga, kutafakari, psychedelics, kiwewe, au mila ya uchawi - nguvu hii inazunguka chini ya uti wa mgongo na kuinuka kama moto kupitia chakras. Wengi wanaamini kuwa ni kuamka kiroho. Kwa kweli, ni **milki ya mapepo** iliyojificha kama nishati ya kimungu.

Lakini nini kitatokea ikiwa **haitapita** ?

**Hadithi ya Kweli - "Siwezi Kuizima"**

Marissa, msichana Mkristo huko Kanada, alikuwa amejihusisha na "yoga ya Kikristo" kabla ya kutoa maisha yake kwa Kristo. Alipenda hisia za amani, mitetemo, maono mepesi. Lakini baada ya kikao kimoja kikali ambapo alihisi uti wa mgongo wake "unawaka," alizimia - na akaamka akiwa hawezi kupumua. Usiku huo, kitu kilianza **kumtesa usingizi** , kugeuza mwili wake, kuonekana kama "Yesu" katika ndoto zake - lakini kumdhihaki.

Alipata **kujifungua** mara tano. Roho zingeondoka - lakini zirudi. Mgongo wake bado unatetemeka. Macho yake yaliona katika ulimwengu wa roho kila wakati. Mwili wake ungesonga bila hiari. Licha ya wokovu, sasa alikuwa akipitia kuzimu Wakristo wachache walioelewa. Roho yake iliokolewa - lakini nafsi yake ilivunjwa **, kupasuka, na kugawanyika** .

### Matokeo Hakuna Anayeyazungumza

- **Macho ya tatu kubaki wazi** : Maono ya mara kwa mara, hallucinations, kelele ya kiroho, "malaika" kusema uongo.
- **Mwili hauachi kutetemeka** : Nishati isiyoweza kudhibitiwa, shinikizo kwenye fuvu, mapigo ya moyo.
- **Mateso yasiyokoma** : Hata baada ya vikao 10+ vya ukombozi.
- **Kutengwa** : Wachungaji hawaelewi. Makanisa yanapuuza tatizo hilo. Mtu huyo anaitwa "isiyo thabiti."
- **Hofu ya kuzimu** : Si kwa sababu ya dhambi, lakini kwa sababu ya mateso ambayo yanakataa kuisha.

**Je, Wakristo wanaweza kufikia hatua ya kutorudi tena?**

Ndiyo - katika maisha haya. Unaweza **kuokolewa** , lakini umegawanyika kiasi kwamba **nafsi yako iko katika mateso hadi kifo** .

Hii sio ya kutisha. Hili ni **onyo la kinabii** .

### Mifano ya Kimataifa

- **Afrika** - Manabii wa uwongo wakitoa moto wa Kundalini wakati wa ibada - watu hutetemeka, kutoa povu, kucheka, au kunguruma.
- **Asia** - Mabwana wa Yoga wakipanda katika "siddhi" (kumilikiwa na pepo) na kuiita mungu -fahamu.
- **Ulaya/Amerika Kaskazini** - Mienendo ya Neo-charismatic inayoelekeza "maeneo ya utukufu," kubweka, kucheka, kuanguka bila kudhibitiwa - sio ya Mungu.
- **Amerika ya Kusini** - Uamsho wa Kishamani kwa kutumia ayahuasca (kupanda dawa) kufungua milango ya kiroho ambayo hawawezi kufunga.

### Mpango Kazi - Ikiwa Umeenda Mbali Sana

1. **Ungama lango halisi** : Kundalini yoga, kutafakari kwa jicho la tatu,

makanisa ya kizazi kipya, psychedelics, n.k.
2. **Acha kufukuza ukombozi** : Baadhi ya roho huteseka kwa muda mrefu unapoendelea kuwatia nguvu kwa woga.
3. **Jitie nanga katika Maandiko** KILA SIKU - hasa Zaburi 119, Isaya 61, na Yohana 1. Hizi huifanya upya nafsi.
4. **Jisalimishe kwa jumuiya** : Tafuta angalau mwamini mmoja aliyejazwa na Roho Mtakatifu ili utembee naye. Kujitenga kunawezesha pepo.
5. **Kataa "maono" yote ya kiroho, moto, maarifa, nishati** - hata ikiwa inahisi kuwa takatifu.
6. **Omba rehema kwa Mungu** - Sio mara moja. Kila siku. Kila saa. Endelea. Mungu anaweza asiondoe mara moja, lakini atakubeba.

**Maombi ya Kikundi**

- Shikilia wakati wa kutafakari kimya. Uliza: Je, nimefuata nguvu za kiroho juu ya usafi wa kiroho?
- Waombee wale ambao wana adhabu isiyo na kikomo. USIahidi uhuru wa papo hapo - ahidi **uanafunzi** .
- Fundisha tofauti kati ya **tunda la Roho** (Wagalatia 5:22–23) na **maonyesho ya nafsi** (kutetemeka, joto, maono).
- Choma au uharibu kila kitu cha umri mpya: alama za chakra, fuwele, mikeka ya yoga, vitabu, mafuta, "kadi za Yesu."

**Utambuzi Muhimu**

Kuna **mstari** ambao unaweza kuvuka - wakati roho inakuwa lango wazi na inakataa kufunga. Roho yako inaweza kuokolewa ... lakini nafsi yako na mwili wako bado unaweza kuishi katika mateso kama umetiwa unajisi na mwanga wa uchawi.

**Jarida la Tafakari**

- Je, niliwahi kufuata nguvu, moto, au maono ya kinabii zaidi ya utakatifu na ukweli?
- Je, nimefungua milango kupitia mazoea ya enzi mpya ya "Ukristo"?
- Je, niko tayari **kutembea na Mungu kila siku** hata kama ukombozi kamili utachukua miaka mingi?

**Maombi ya Kuokoka**

Baba, ninalilia huruma. Ninakataa kila roho ya nyoka, nguvu ya Kundalini, kufumbua kwa jicho la tatu, moto wa uwongo, au bidhaa ghushi za zama mpya ambazo nimewahi kugusa. Ninaitoa nafsi yangu - iliyovunjika kama ilivyo - kurudi Kwako. Yesu, niokoe sio tu kutoka kwa dhambi, lakini kutoka kwa mateso. Funga milango yangu. Ponya akili yangu. Funga macho yangu. Ponda nyoka kwenye mgongo wangu. Ninakungoja, hata katika uchungu. Na sitakata tamaa. Katika jina la Yesu. Amina.

# SIKU YA 34: WAASHI, KANUNI & LAANA - Wakati Udugu Unapokuwa Utumwa

"*Msishirikiane na matendo yasiyozaa ya giza, bali yafichueni.*" — Waefeso 5:11

"*Usifanye agano nao, wala na miungu yao.*" — Kutoka 23:32

Jamii za siri huahidi mafanikio, uhusiano, na hekima ya kale. Wao hutoa **viapo, digrii, na siri** zinazopitishwa "kwa watu wema." Lakini kile ambacho wengi hawatambui ni: jamii hizi ni **madhabahu za agano**, mara nyingi hujengwa juu ya damu, udanganyifu, na uaminifu wa kishetani.

Kuanzia Freemasonry hadi Kabbalah, Rosicrucians hadi Skull & Bones — mashirika haya si vilabu pekee. Ni **mikataba ya kiroho**, iliyoghushiwa gizani na kutiwa muhuri na taratibu zinazolaani **vizazi**.

Wengine walijiunga kwa hiari. Wengine walikuwa na mababu waliofanya hivyo.

Vyovyote vile, laana inabaki - hadi ivunjwe.

**Urithi Uliofichwa - Hadithi ya Jason**

Jason, mfanyakazi wa benki aliyefanikiwa nchini Marekani, alikuwa na kila kitu kinachomsaidia - familia nzuri, utajiri na ushawishi. Lakini usiku, angeamka akiwa anasonga, akiona sura zilizofunikwa na kofia, na kusikia maneno ya uchawi katika ndoto zake. Babu yake alikuwa Mason wa shahada ya 33, na Jason bado alivaa pete.

Aliwahi kusema kwa mzaha viapo vya Masonic kwenye hafla ya kilabu - lakini alipofanya hivyo, **kuna kitu kilimwingia**. Akili yake ilianza kuvunjika. Alisikia sauti. Mkewe akamwacha. Alijaribu kumaliza yote.

Katika mapumziko, mtu alitambua kiungo cha Masonic. Jason alilia huku **akikanusha kila kiapo**, akavunja pete, na kuokolewa kwa saa tatu. Usiku huo, kwa mara ya kwanza baada ya miaka mingi, alilala kwa amani.

Ushuhuda wake?

*"Hamfanyi mzaha na madhabahu za siri. Wanazungumza - hadi uwafanye kufungwa kwa jina la Yesu."*

## MTANDAO WA KIMATAIFA wa Udugu

- **Ulaya** - Uamasoni umejikita sana katika biashara, siasa, na madhehebu ya kanisa.
- **Afrika** - Illuminati na amri za siri zinazotoa mali badala ya roho; ibada katika vyuo vikuu.
- **Amerika ya Kusini** - Kujipenyeza kwa Wajesuiti na ibada za Kimasoni zilizochanganywa na fumbo la Kikatoliki.
- **Asia** - Shule za siri za kale, ukuhani wa hekalu unaohusishwa na viapo vya kizazi.
- **Amerika Kaskazini** - Nyota ya Mashariki, Rite ya Uskoti, udugu kama Fuvu & Mifupa, wasomi wa Bohemian Grove.

Ibada hizi mara nyingi humwomba "Mungu," lakini si **Mungu wa Biblia** - zinarejelea **Mbunifu Mkuu**, nguvu isiyo na utu iliyounganishwa na **nuru ya Lusiferi**.

### Dalili kwamba Umeathiriwa

- Ugonjwa sugu ambao madaktari hawawezi kuelezea.
- Hofu ya maendeleo au hofu ya kujitenga na mifumo ya familia.
- Ndoto za mavazi, matambiko, milango ya siri, nyumba za kulala wageni, au sherehe za ajabu.
- Unyogovu au wazimu katika mstari wa kiume.
- Wanawake wanaopambana na utasa, unyanyasaji, au woga.

### Mpango Kazi wa Utoaji

1. **Kataa viapo vyote vinavyojulikana** - haswa ikiwa wewe au familia yako mlikuwa sehemu ya Freemasonry, Rosicrucians, Eastern Star, Kabala, au "undugu wowote."

2. **Vunja kila digrii** - kutoka kwa Mwanafunzi Aliyeingia hadi Shahada ya 33, kwa jina.
3. **Kuharibu alama zote** - pete, aprons, vitabu, pendants, vyeti, nk.
4. **Funga lango** - kiroho na kisheria kupitia maombi na tamko.

*Tumia maandiko haya:*

- Isaya 28:18 - "Agano lako na mauti litabatilika."
- Wagalatia 3:13 - "Kristo alitukomboa katika laana ya sheria."
- Ezekieli 13:20-23 "Nitararua sitara zenu na kuwaweka huru watu wangu."

**Maombi ya Kikundi**

- Uliza kama mshiriki yeyote alikuwa na wazazi au babu katika vyama vya siri.
- Ongoza **ukanushaji unaoongozwa** kupitia digrii zote za Uamasoni (unaweza kuunda hati iliyochapishwa kwa hili).
- Tumia vitendo vya mfano - choma pete ya zamani au chora msalaba juu ya paji la uso ili kubatilisha "jicho la tatu" lililofunguliwa katika mila.
- Omba juu ya akili, shingo, na migongo - haya ni maeneo ya kawaida ya utumwa.

**Utambuzi Muhimu**
**Undugu bila damu ya Kristo ni udugu wa utumwa.**
Lazima uchague: agano na mwanadamu au agano na Mungu.
**Jarida la Tafakari**

- Je, kuna mtu yeyote katika familia yangu ambaye amehusika katika Uamasoni, mafumbo, au viapo vya siri?
- Je, nimekariri au kuiga nadhiri, kanuni za imani au ishara bila kujua zinazohusiana na jumuiya za siri?
- Je, niko tayari kuvunja mapokeo ya familia ili kutembea kikamilifu katika agano la Mungu?

Sala ya Kukataliwa

Baba, katika jina la Yesu, ninakanusha kila agano, kiapo, au mila iliyounganishwa na Freemasonry, Kabbalah, au jamii yoyote ya siri - katika maisha yangu au mstari wa damu. Ninavunja kila digrii, kila uwongo, kila haki ya kipepo ambayo ilitolewa kupitia sherehe au alama. Ninatangaza kwamba Yesu Kristo ndiye Nuru yangu pekee, Mbunifu wangu wa pekee, na Bwana wangu wa pekee. Ninapokea uhuru sasa, katika jina la Yesu. Amina.

# SIKU YA 35: WACHAWI KWENYE VIKUTI - UOVU UNAPOINGIA KUPITIA MILANGO YA KANISA.

"Kwa maana watu kama hao ni mitume wa uongo, watenda kazi kwa hila, wanaojigeuza wawe mfano wa mitume wa Kristo; wala si ajabu, maana Shetani naye hujigeuza awe mfano wa malaika wa nuru." — 2 Wakorintho 11:13–14

"Nayajua matendo yako, na upendo wako na imani yako... Lakini, nina neno juu yako: Wamvumilia yule mwanamke Yezebeli, ajiitaye nabii..." Ufunuo 2:19–20

Mchawi hatari zaidi sio yule anayeruka usiku.

Ni yule **anayeketi karibu nawe kanisani**.

Hawavai nguo nyeusi au kupanda vijiti vya ufagio.

Wanaongoza mikutano ya maombi. Imba kwenye timu za kuabudu. Hutabiri kwa lugha. Makanisa ya wachungaji. Na bado... wao ni **wabebaji wa giza**.

Wengine wanajua wanachofanya hasa - kutumwa kama wauaji wa kiroho.

Wengine ni wahasiriwa wa uchawi au uasi wa mababu zao, wanaotumia zawadi ambazo **si safi**.

**Kanisa Kama Jalada — Hadithi ya "Miriam"**

Miriam alikuwa mhudumu maarufu wa ukombozi katika kanisa kubwa la Afrika Magharibi. Sauti yake iliamuru mapepo kukimbia. Watu walisafiri katika mataifa ili wapakwe naye.

Lakini Miriamu alikuwa na siri: usiku, alisafiri nje ya mwili wake. Angeona nyumba za washiriki wa kanisa, udhaifu wao, na damu zao. Alifikiri ni "unabii."

Nguvu zake zilikua. Lakini pia mateso yake.

Alianza kusikia sauti. Haikuweza kulala. Watoto wake walishambuliwa. Mumewe alimwacha.

Hatimaye alikiri: alikuwa "amewashwa" kama mtoto na nyanyake, mchawi mwenye nguvu ambaye alimfanya alale chini ya blanketi zilizolaaniwa.

*"Nilifikiri nilijazwa na Roho Mtakatifu. Ilikuwa ni roho ... lakini sio Mtakatifu."*

Alipitia ukombozi. Lakini vita havijawahi kukoma. Anasema:

*"Kama singeungama, ningefia kwenye madhabahu kwenye moto ... kanisani."*

### Hali za Ulimwenguni za Uchawi Uliofichwa Kanisani

- **Afrika** - Wivu wa kiroho. Manabii wanaotumia uganga, matambiko, majini. Madhabahu nyingi kwa kweli ni malango.
- **Ulaya** - Wanasaikolojia wanaojifanya "makocha wa kiroho." Uchawi umefungwa katika Ukristo wa kizazi kipya.
- **Asia** - Makasisi wa Hekalu wakiingia makanisani ili kupanda laana na waongofu wa nyota.
- **Amerika ya Kusini** - Santería - "wachungaji" wanaofanya mazoezi ambao wanahubiri ukombozi lakini dhabihu ya kuku usiku.
- **Amerika Kaskazini** - wachawi wa Kikristo wanaodai "Yesu na tarot," waponyaji wa nishati kwenye hatua za kanisa, na wachungaji wanaohusika katika ibada za Freemasonry.

### Dalili za Uchawi unaofanya kazi Kanisani

- Mazingira mazito au machafuko wakati wa ibada.
- Ndoto za nyoka, ngono, au wanyama baada ya huduma.
- Uongozi kuanguka katika dhambi au kashfa ya ghafla.
- "Unabii" unaotumia hila, kutongoza, au aibu.
- Yeyote anayesema "Mungu aliniambia wewe ni mume/mke wangu."
- Vitu vya ajabu vilivyopatikana karibu na mimbari au madhabahu.

## MPANGO KAZI WA UTOAJI

1. **Omba kwa ajili ya utambuzi** - Mwombe Roho Mtakatifu kufichua kama kuna wachawi waliofichwa katika ushirika wako.

2. **Zijaribuni kila roho** —Hata kama zinasikika za kiroho (1 Yohana 4:1).
3. **Vunja mahusiano ya nafsi** - Ikiwa umeombewa, umetabiriwa, au umeguswa na mtu asiye safi, **achana nayo** .
4. **Ombea kanisa lako** - Tangaza moto wa Mungu ili kufichua kila madhabahu iliyofichwa, dhambi ya siri, na ugonjwa wa kiroho.
5. **Ikiwa wewe ni mwathirika** - Pata usaidizi. Usikae kimya au peke yako.

**Maombi ya Kikundi**

- Waulize washiriki wa kikundi: Je, umewahi kujisikia kukosa raha au kukiukwa kiroho katika ibada ya kanisa?
- Ongoza **maombi ya utakaso wa ushirika** kwa ajili ya ushirika.
- Mpake mafuta kila mtu na utangaze **ukuta wa kiroho** unaozunguka akili, madhabahu, na zawadi.
- Wafundishe viongozi jinsi ya **kukagua vipawa** na **kujaribu roho** kabla ya kuwaruhusu watu katika majukumu yanayoonekana.

**Utambuzi Muhimu**
**Sio wote wanaosema "Bwana, Bwana" wametoka kwa Bwana.**
Kanisa ni **uwanja wa vita kuu** kwa uchafuzi wa kiroho - lakini pia mahali pa uponyaji ukweli unapodumishwa.

**Jarida la Tafakari**

- Je, nimepokea maombi, ugawaji, au ushauri kutoka kwa mtu ambaye maisha yake yalizaa matunda yasiyo matakatifu?
- Je, kuna nyakati nilihisi "nimezimwa" baada ya kanisa, lakini nikapuuza?
- Je, niko tayari kukabiliana na uchawi hata ikivaa suti au kuimba jukwaani?

**Maombi ya Kufichuliwa na Uhuru**
Bwana Yesu, nakushukuru kwa kuwa Nuru ya kweli. Ninakuomba sasa **ufichue kila wakala aliyefichika wa giza anayefanya kazi ndani au karibu**

na maisha yangu na ushirika. Ninakanusha kila utoaji usio takatifu, unabii wa uongo, au kifungo cha nafsi ambacho nimepokea kutoka kwa walaghai wa kiroho. Nisafishe kwa damu yako. Safisha zawadi zangu. Linda malango yangu. Choma kila roho bandia kwa moto wako mtakatifu. Katika jina la Yesu. Amina.

# SIKU YA 36: TAMBU ZILIZO NA CODED - NYIMBO, MITINDO NA FILAMU ZINAPOKUWA PORTALS

"**M**sishiriki katika matendo yasiyozaa ya giza, bali yafichueni." — Waefeso 5:11

"Msijitie katika ngano zisizo za Mungu na hadithi za vikongwe; bali jizoeze kuwa mcha Mungu." — 1 Timotheo 4:7

Sio kila vita huanza na dhabihu ya damu.

Wengine huanza na **mdundo**.

Wimbo wa wimbo. Wimbo wa maneno unaovutia ambao hukaa moyoni mwako. Au **ishara** kwenye nguo zako ulifikiri "ni nzuri."

Au onyesho "lisilo na madhara" hukuonyesha ulevi huku pepo wakitabasamu kwenye vivuli.

Katika ulimwengu wa kisasa uliounganiswha sana, uchawi umewekwa **msimbo** - kujificha **mahali pa wazi** kupitia vyombo vya habari, muziki, filamu na mitindo.

---

**Sauti Iliyotiwa Giza - Hadithi ya Kweli: "Vipokea sauti vya masikioni"**

Elijah, mwenye umri wa miaka 17 nchini Marekani, alianza kuwa na mashambulizi ya hofu, kukosa usingizi usiku, na ndoto za kishetani. Wazazi wake Wakristo walifikiri ni mkazo.

Lakini wakati wa kikao cha ukombozi, Roho Mtakatifu aliagiza timu kuuliza kuhusu **muziki wake**.

Alikiri: "Mimi husikiliza chuma cha mtego. Najua kuna giza ... lakini hunisaidia kujisikia nguvu."

Wakati timu ilipocheza mojawapo ya nyimbo zake alizozipenda sana katika sala, **udhihirisho** ulitokea.

Mipigo hiyo ilisimbwa kwa **nyimbo** za mila za uchawi. Ufichaji wa nyuma ulifunua misemo kama vile "wasilisha nafsi yako" na "Lusifa anazungumza."

Mara tu Eliya alipoufuta muziki huo, akatubu, na kukataa uhusiano huo, amani ilirudi.

Vita vilikuwa vimeingia kupitia **milango ya masikio yake**.

## Miundo ya Upangaji Ulimwenguni

- **Afrika** - Nyimbo za Afrobeat zilizounganishwa na mila ya pesa; marejeleo ya "juju" yaliyofichwa katika maneno; chapa za mitindo zilizo na alama za ufalme wa baharini.
- **Asia** - K-pop yenye jumbe ndogo za ngono na za upitishaji roho; wahusika wa uhuishaji walioingizwa na hadithi za pepo za Shinto.
- **Amerika ya Kusini** - Reggaeton inayosukuma nyimbo za Santería na tahajia zilizosindikwa nyuma.
- **Ulaya** - Nyumba za mitindo (Gucci, Balenciaga) zikipachika taswira na mila za kishetani katika utamaduni wa njia ya kurukia ndege.
- **Amerika ya Kaskazini** - filamu za Hollywood zilizoandikwa na uchawi (Filamu za ajabu, za kutisha, "mwanga dhidi ya giza"); katuni kwa kutumia tahajia kama furaha.

### Common Entry Portals (and Their Spirit Assignments)

| Media Type | Portal | Demonic Assignment |
|---|---|---|
| Music | Beats/samples from rituals | Torment, violence, rebellion |
| TV Series | Magic, lust, murder glorification | Desensitization, soul dulling |
| Fashion | Symbols (serpent, eye, goat, triangles) | Identity confusion, spiritual binding |
| Video Games | Sorcery, blood rites, avatars | Astral transfer, addiction, occult alignment |
| Social Media | Trends on "manifestation," crystals, spells | Sorcery normalization |

## MPANGO WA UTEKELEZAJI - Tambua, Detox, Tetea

1. **Kagua orodha yako ya kucheza, kabati, na historia ya video ulizotazama**. Tafuta maudhui ya uchawi, tamaa, uasi au vurugu.
2. **Mwambie Roho Mtakatifu kufichua** kila mvuto usio mtakatifu.
3. **Futa na uharibu**. Usiuze au uchangie. Choma au tupa kitu chochote cha kishetani - kimwili au kidijitali.
4. **Paka mafuta vifaa vyako**, chumba na masikio. Watangaze kuwa wametakaswa kwa utukufu wa Mungu.
5. **Badilisha na ukweli**: Muziki wa kuabudu, filamu za kimungu, vitabu, na usomaji wa Maandiko ambao hufanya upya akili yako.

## Maombi ya Kikundi

- Waongoze washiriki katika "Mali ya Vyombo vya Habari." Acha kila mtu aandike maonyesho, nyimbo, au vitu ambavyo anashuku vinaweza kuwa milango.
- Omba kwa kutumia simu na vipokea sauti vya masikioni. Watie mafuta.
- Fanya kikundi "detox haraka" - siku 3 hadi 7 bila vyombo vya habari vya kidunia. Jilisha tu kwa Neno la Mungu, ibada, na ushirika.
- Shuhudia matokeo katika mkutano unaofuata.

## Utambuzi Muhimu
**Mashetani hawahitaji tena kaburi kuingia nyumbani kwako. Wanachohitaji ni idhini yako ili kushinikiza kucheza.**

### Jarida la Tafakari

- Ni nini nimetazama, kusikia, au kuvaa ambacho kinaweza kuwa mlango wazi wa ukandamizaji?
- Je, niko tayari kuacha yale yanayonifurahisha ikiwa pia yananifanya mtumwa?
- Je, nimerekebisha uasi, tamaa, vurugu, au dhihaka kwa jina la "sanaa"?

**MAOMBI YA KUSAFISHA**

Bwana Yesu, ninakuja mbele zako nikiomba dawa kamili ya kuondoa sumu mwilini. Fichua kila tahajia ya msimbo ambayo nimeweka katika maisha yangu kupitia muziki, mitindo, michezo au midia. Ninatubu kwa kutazama, kuvaa, na kusikiliza kile ambacho kinakuvunjia heshima. Leo, ninakata uhusiano wa roho. Ninafukuza kila roho ya uasi, uchawi, tamaa, machafuko, au mateso. Safisha macho, masikio, na moyo wangu. Sasa ninaweka wakfu mwili wangu, vyombo vya habari, na chaguo kwa Wewe pekee. Katika jina la Yesu. Amina.

# SIKU YA 37: MADHABAHU ZA NGUVU ZISIZOONEKANA - FREEMASONS, KABBALAH, & OCCULT ELITES

"Tena Ibilisi akamchukua mpaka mlima mrefu sana, akamwonyesha milki zote za ulimwengu, na fahari yake, akasema, Haya yote nitakupa, ikiwa utanisujudia na kuniabudu." — Mathayo 4:8–9

"Hamwezi kunywea kikombe cha Bwana na kikombe cha pepo; — 1 Wakorintho 10:21

Kuna madhabahu zilizofichwa sio mapangoni, lakini kwenye vyumba vya bodi.

Roho sio tu msituni - lakini katika kumbi za serikali, minara ya kifedha, maktaba za Ligi ya Ivy, na mahali patakatifu vilivyojificha kama "makanisa."

Karibu katika ulimwengu wa **uchawi wa hali ya juu** :

Wana Freemason, Warosicrucius , Wanakabballists , Maagizo ya Jesuit, Nyota za Mashariki, na makuhani waliofichwa wa Lusiferia ambao **hufunika ibada yao kwa Shetani katika matambiko, usiri na alama** . Miungu yao ni akili, nguvu, na maarifa ya kale - lakini **roho zao zimeahidiwa gizani** .

**Imefichwa kwenye Mwonekano Mzima**

- **Uamasoni** hujifunika kama udugu wa wajenzi - lakini viwango vyake vya juu vinashawishi mashirika ya pepo, viapo vya kifo, na kumwinua Lusifa kama "mchukua nuru."
- **Kabbalah** inaahidi ufikiaji wa fumbo kwa Mungu - lakini kwa hila inachukua nafasi ya Yahweh na ramani za nishati ya ulimwengu na hesabu.
- **Fumbo la Kijesuti** , katika hali zake potovu, mara nyingi huchanganya taswira za Kikatoliki na upotoshaji wa kiroho na udhibiti wa mifumo ya ulimwengu.

- **Hollywood, Mitindo, Fedha na Siasa** zote hubeba jumbe zenye msimbo, alama, na **matambiko ya umma ambayo ni huduma za ibada kwa Lusifa**.

Huhitaji kuwa mtu Mashuhuri ili kuathirika. Mifumo hii **inachafua mataifa** kupitia:

- Upangaji wa media
- Mifumo ya elimu
- Maelewano ya kidini
- Utegemezi wa kifedha
- Tamaduni zilizofichwa kama "maanzilishi," "ahadi," au "mapatano ya chapa"

### Hadithi ya Kweli - "Lodge Iliharibu Ukoo Wangu"

Solomon (jina limebadilishwa), mfanyabiashara aliyefanikiwa kutoka Uingereza, alijiunga na nyumba ya kulala wageni ya Masonic kwa ajili ya mtandao. Aliinuka haraka, akapata mali na heshima. Lakini pia alianza kuwa na ndoto za kutisha - wanaume waliovaa nguo wakimwita, viapo vya damu, wanyama wa giza wakimfukuza. Binti yake alianza kujikata, akidai "uwepo" ulimfanya afanye hivyo.

Usiku mmoja, alimwona mtu katika chumba chake - nusu-binadamu, nusu-bweha - ambaye alimwambia: *"Wewe ni wangu. Bei imelipwa."* Alifikia wizara ya ukombozi. Ilichukua **miezi saba ya kujinyima, kufunga, kutapika, na kuchukua nafasi ya kila uhusiano wa uchawi** - kabla ya amani kuja.

Baadaye aligundua: **Babu yake alikuwa mwashi wa digrii 33. Alikuwa ameendeleza tu urithi bila kujua.**

### Ufikiaji Ulimwenguni

- **Afrika** - Jumuiya za siri kati ya watawala wa kikabila, majaji, wachungaji - kuapa utii kwa viapo vya damu badala ya mamlaka.
- **Ulaya** - Knights of Malta, nyumba za kulala wageni za Illuminist, na vyuo vikuu vya wasomi vya esoteric.
- **Amerika Kaskazini** - Misingi ya Masonic chini ya hati nyingi za msingi, miundo ya mahakama, na hata makanisa.

- **Asia** - Ibada za joka zilizofichwa, maagizo ya mababu, na vikundi vya kisiasa vilivyotokana na mchanganyiko wa Ubuddha-shamanism.
- **Amerika ya Kusini** - Ibada za Kisyncretic zinazochanganya watakatifu wa Kikatoliki na roho za Luciferian kama Santa Muerte au Baphomet.

**Mpango wa Utekelezaji - Kukimbia Madhabahu ya Wasomi**

1. **Kataa** kujihusisha na Freemasonry, Eastern Star, viapo vya Jesuit, vitabu vya Gnostic, au mifumo ya ajabu - hata masomo ya "kielimu" kuhusu vile.
2. **Kuharibu** regalia, pete, pini, vitabu, aproni, picha na alama.
3. **Vunja laana za maneno** - haswa viapo vya kifo na kiapo cha jando. Tumia Isaya 28:18 ("Agano lako na mauti litabatilika...").
4. **Funga siku 3** ukisoma Ezekieli 8, Isaya 47, na Ufunuo 17.
5. **Badili madhabahu** : Jiweke wakfu upya kwa madhabahu ya Kristo pekee (Warumi 12:1–2). Komunyo. Ibada. Upako.

*Huwezi kuwa katika nyua za mbinguni na katika mahakama za Lusifa kwa wakati mmoja. Chagua madhabahu yako.*

**Maombi ya Kikundi**

- Panga mashirika ya wasomi wa kawaida katika eneo lako - na uombe moja kwa moja dhidi ya ushawishi wao wa kiroho.
- Fanya kikao ambapo washiriki wanaweza kukiri kwa siri ikiwa familia zao zilihusika katika Freemasonry au ibada kama hizo.
- Lete mafuta na ushirika - ongoza kukataa kwa wingi viapo, matambiko, na mihuri iliyofanywa kwa siri.
- Vunja kiburi — kumbusha kikundi: **Hakuna ufikiaji unaostahili nafsi yako.**

**Utambuzi Muhimu**

Jamii za siri huahidi mwanga. Lakini Yesu pekee ndiye Nuru ya Ulimwengu. Kila madhabahu nyingine inadai damu - lakini haiwezi kuokoa.

**Jarida la Tafakari**

- Je, kuna mtu yeyote katika kundi langu la damu alihusika katika jumuiya za siri au "maagizo"?
- Je, nimesoma au kumiliki vitabu vya uchawi vilivyofunikwa kama maandishi ya kitaaluma?
- Ni ishara gani (pentagrams, macho ya kuona yote, jua, nyoka, piramidi) zimefichwa katika mavazi yangu, sanaa, au vito vyangu?

**Sala ya Kukataliwa**

Baba, ninakataa kila jumuiya ya siri, nyumba ya kulala wageni, kiapo, ibada au madhabahu ambayo haijaanzishwa kwa Yesu Kristo. Ninavunja maagano ya baba zangu, damu yangu, na kinywa changu mwenyewe. Ninakataa Freemasonry, Kabbalah, fumbo, na kila mapatano yaliyofichwa yaliyowekwa kwa ajili ya mamlaka. Ninaharibu kila ishara, kila muhuri, na kila uongo ulioahidi nuru lakini ukatoa utumwa. Yesu, nakuweka tena kama Bwana wangu wa pekee. Angaza nuru yako katika kila mahali pa siri. Kwa jina lako, ninatembea huru. Amina.

# SIKU YA 38: MAAGANO YA TUMBO LA TUMBO NA UFALME WA MAJI - WAKATI HATMA INAPOTIWA NAJISI KABLA YA KUZALIWA.

"*Waovu wamejitenga tangu tumboni; wamepotea mara baada ya kuzaliwa, wakisema uongo.*" — Zaburi 58:3

"*Kabla sijakuumba katika tumbo nalikujua, kabla hujazaliwa nalikutakasa .*" — Yeremia 1:5

Je, ikiwa vita unavyopigana havikuanza na chaguo zako - lakini dhana yako?

Je, ikiwa jina lako lilitamkwa mahali penye giza ukiwa bado tumboni?

Je, ikiwa **utambulisho wako ungebadilishwa**, **hatima yako ikauzwa**, na **nafsi yako kuwekwa alama** - kabla ya kuvuta pumzi yako ya kwanza?

Huu ndio ukweli wa **uanzishwaji wa chini ya maji**, **maagano ya roho za baharini**, na **madai ya tumbo la uchawi** ambayo **hufunga vizazi**, hasa katika maeneo yenye mila ya kina ya mababu na pwani.

**Ufalme wa Majini - Kiti cha Enzi cha Shetani Chini**

Katika ulimwengu usioonekana, Shetani anatawala **zaidi ya hewa tu**. Pia anatawala **ulimwengu wa baharini** - mtandao mkubwa wa pepo wa roho, madhabahu, na matambiko chini ya bahari, mito, na maziwa.

**Roho za baharini** (ambazo kwa kawaida huitwa *Mami Wata*, *Malkia wa Pwani*, *wake/waume wa roho*, n.k.) huwajibika kwa:

- Kifo cha mapema
- Utasa na kuharibika kwa mimba
- Utumwa wa ngono na ndoto
- Usumbufu wa akili
- Maumivu katika watoto wachanga
- Mifumo ya kupanda-na-kuanguka kwa biashara

Lakini roho hizi zinapataje **msingi wa kisheria** ?
**Tumboni.**
**Uzinduzi Usioonekana Kabla ya Kuzaliwa**

- **Kujitolea kwa mababu** - Mtoto "aliahidi" kwa mungu ikiwa alizaliwa na afya.
- **Makasisi wa kichawi** wakigusa tumbo la uzazi wakati wa ujauzito.
- **Majina ya agano** yaliyotolewa na familia - kuheshimu malkia wa baharini au mizimu bila kujua.
- **Taratibu za kuzaliwa** hufanywa kwa maji ya mito, hirizi, au mimea kutoka kwa madhabahu.
- **Kuzikwa kwa kitovu** kwa miiko.
- **Mimba katika mazingira ya uchawi** (kwa mfano, loji za Freemasonry, vituo vya umri mpya, ibada za mitala).

Baadhi ya watoto huzaliwa wakiwa tayari watumwa. Ndiyo maana wanapiga kelele kwa ukali wakati wa kuzaliwa - roho zao huhisi giza.

**Hadithi ya Kweli - "Mtoto Wangu Ni Wa Mto"**

Jessica, kutoka Sierra Leone, alikuwa akijaribu kupata mimba kwa miaka 5. Hatimaye, alipata mimba baada ya "nabii" kumpa sabuni ya kuoga na mafuta ya kupaka kwenye tumbo lake la uzazi. Mtoto alizaliwa akiwa na nguvu - lakini kwa umri wa miezi 3, alianza kulia bila kukoma, kila wakati usiku. Alichukia maji, alipiga kelele wakati wa kuoga, na alikuwa akitetemeka bila kudhibiti wakati akichukuliwa karibu na mto.

Siku moja, mtoto wake alishtuka na kufa kwa dakika 4. Alifufuka - na **akaanza kuzungumza kwa maneno kamili akiwa na miezi 9** : "Mimi si wa hapa. Mimi ni wa Malkia."

Kwa hofu, Jessica alitafuta ukombozi. Mtoto huyo aliachiliwa tu baada ya siku 14 za maombi ya kufunga na kukataa - mume wake alilazimika kuharibu sanamu ya familia iliyofichwa katika kijiji chake kabla ya mateso kukoma.

Watoto hawazaliwi tupu. Wamezaliwa katika vita lazima tupigane kwa niaba yao.

## UWIANO WA KIMATAIFA

- **Afrika** - Madhabahu ya Mto, wakfu wa Mami Wata, mila ya placenta.
- **Asia** - Roho za maji zinazoletwa wakati wa kuzaliwa kwa Wabuddha au kwa uhuishaji.
- **Ulaya** - maagano ya wakunga wa Druidic, ibada za maji ya babu, wakfu wa freemasonic.
- **Amerika ya Kusini** - Majina ya Santeria, roho za mito (kwa mfano, Oshun), kuzaliwa chini ya chati za unajimu.
- **Amerika Kaskazini** - Taratibu za kuzaliwa kwa enzi mpya, kuzaa kwa njia ya usingizi kwa kutumia waelekezi wa roho, "sherehe za kubariki" na waaguzi.

### Dalili za Utumwa ulioanzishwa na Tumbo

- Kurudia mifumo ya kuharibika kwa mimba kwa vizazi
- Hofu za usiku kwa watoto wachanga na watoto
- Utasa usioelezeka licha ya kibali cha matibabu
- Ndoto za mara kwa mara za maji (bahari, mafuriko, kuogelea, nguva)
- Hofu isiyo na maana ya maji au kuzama
- Kuhisi "kudaiwa" - kana kwamba kuna kitu kinachotazama tangu kuzaliwa

---

### Mpango Kazi - Vunja Agano la Tumbo

1. **Uliza Roho Mtakatifu** kufichua kama wewe (au mtoto wako) ulianzishwa kupitia mila ya tumbo.
2. **Kataa** agano lolote lililofanywa wakati wa ujauzito - kwa kujua au kutojua.
3. **Ombea hadithi yako ya kuzaliwa** - hata kama mama yako hayupo, zungumza kama mlinzi wa kisheria wa maisha yako.
4. **Funga kwa Isaya 49 na Zaburi 139** - ili kurudisha mpango wako wa kiungu.
5. **Ikiwa mjamzito** : Paka tumbo lako mafuta na uzungumze kila siku

juu ya mtoto wako ambaye hajazaliwa:

*"Mmetengwa kwa ajili ya Bwana. Hakuna roho ya maji, damu, au giza itakayowamiliki. Ninyi ni wa Yesu Kristo - mwili, nafsi na roho."*

### Maombi ya Kikundi

- Waombe washiriki waandike wanachojua kuhusu hadithi yao ya kuzaliwa - ikiwa ni pamoja na matambiko, wakunga, au matukio ya kutaja majina.
- Wahimize wazazi kuwaweka wakfu watoto wao upya katika "Huduma ya Kumtaja Kristo na Maagano."
- Ongoza maombi ya kuvunja maagano ya maji kwa kutumia *Isaya 28:18*, *Wakolosai 2:14*, na *Ufunuo 12:11*.

### Utambuzi Muhimu

Tumbo ni lango - na kile kinachopita ndani yake mara nyingi huingia na mizigo ya kiroho. Lakini hakuna madhabahu ya tumbo iliyo kuu kuliko Msalaba.

### Jarida la Tafakari

- Je, kulikuwa na vitu, mafuta, hirizi, au majina yoyote yaliyohusika katika kutunga mimba au kuzaliwa kwangu?
- Je, ninapata mashambulizi ya kiroho yaliyoanza utotoni?
- Je, bila kujua nimepitisha maagano ya baharini kwa watoto wangu?

### Maombi ya Kuachiliwa

**Baba wa Mbinguni, ulinijua kabla sijaumbwa. Leo ninavunja kila agano lililofichwa, ibada ya maji, na wakfu wa kipepo uliofanywa kabla au kabla ya kuzaliwa kwangu. Ninakataa kila madai ya roho za baharini, mizimu inayojulikana, au madhabahu ya kizazi cha uzazi. Acha damu ya Yesu iandike tena hadithi yangu ya kuzaliwa na hadithi ya watoto wangu. Nimezaliwa kwa Roho—si kwa madhabahu za maji. Katika jina la Yesu. Amina.**

# SIKU YA 39: MAJI YALIBATIZWA KUWA UTUMWA - JINSI WATOTO WATOTO, WAANZIA NA MAAGANO YASIYOONEKANA HUFUNGUA MILANGO

"Walimwaga damu isiyo na hatia, damu ya wana wao na binti zao, ambao walitoa dhabihu kwa sanamu za Kanaani, na nchi ikatiwa unajisi kwa damu yao." — Zaburi 106:38

"Je, nyara zinaweza kuchukuliwa kutoka kwa mashujaa? Lakini hili ndilo asemalo BWANA: "Naam, mateka watachukuliwa kutoka kwa mashujaa, na nyara zitachukuliwa kutoka kwa wakali." —Isaya 49:24-25.

Hatima nyingi hazikupotoshwa tu **katika utu uzima** - zilitekwa **nyara utotoni**.

Sherehe hiyo inayoonekana kutokuwa na hatia ya kumpa jina...

Kuchovya kwa kawaida katika maji ya mto "ili kumbariki mtoto"...

Sarafu mkononi...Kata chini ya ulimi...Mafuta kutoka kwa "bibi wa kiroho"...Hata herufi za mwanzo zilizotolewa wakati wa kuzaliwa...

Wote wanaweza kuonekana kitamaduni. Jadi. Isiyo na madhara.

Lakini ufalme wa giza **hujificha katika mapokeo** , na watoto wengi wameanzishwa **kwa siri** kabla ya kusema "Yesu."

**Hadithi ya Kweli - "Niliitwa na Mto"**

Huko Haiti, mvulana anayeitwa Malick alikua na woga wa ajabu wa mito na dhoruba. Akiwa mtoto mchanga, alichukuliwa na nyanya yake hadi kwenye kijito ili "kujulishwa kwa mizimu" kwa ajili ya ulinzi. Alianza kusikia sauti akiwa na umri wa miaka 7. Katika miaka 10, alitembelewa usiku. Kufikia 14, alijaribu kujiua baada ya kuhisi "uwepo" karibu naye kila wakati.

Katika mkutano wa ukombozi, roho waovu walijidhihirisha kwa jeuri, wakipiga kelele, "Tuliingia mtoni, tuliitwa kwa majina!" Jina lake, " Malick ," lilikuwa sehemu ya utamaduni wa kiroho wa kumtaja "kumheshimu malkia wa mto." Mpaka alipoitwa jina katika Kristo, mateso yaliendelea. Sasa anahudumu katika ukombozi miongoni mwa vijana waliopatikana katika wakfu wa mababu.

### Jinsi Inatokea - Mitego Iliyofichwa

1. **Mwanzo kama Maagano**
   Baadhi ya herufi za mwanzo, hasa zile zinazofungamanishwa na majina ya mababu, miungu ya familia, au miungu ya majini (km., "MM" = Mami/Marine; "OL" = Ukoo wa Oya/Orisha), hufanya kama saini za kishetani.
2. **Kuzamishwa kwa Watoto wachanga katika Mito/Vijito**
   Kufanywa "kwa ajili ya ulinzi" au "kusafisha," mara nyingi haya ni **ubatizo katika roho za baharini** .
3. **Sherehe za Siri za Kutaja**
   Ambapo jina lingine (tofauti na lile la umma) linanong'onezwa au kusemwa mbele ya madhabahu au patakatifu.
4. **Tambiko la Kuzaliwa**
   Mafuta, majivu, au damu iliyowekwa kwenye paji la uso au miguu na mikono ili "kumtia alama" mtoto kwa mizimu.
5. **Mazishi ya Kitovu Yaliyolishwa na Maji**
   Vitovu viliangushwa ndani ya mito, vijito, au kuzikwa kwa nyimbo za maji—kumfunga mtoto kwenye madhabahu za maji.

Ikiwa wazazi wako hawakukuweka agano na Kristo, kuna uwezekano kwamba mtu mwingine alikudai.

### Mazoea ya Kuunganisha Tumbo la Uchawi Duniani

- **Afrika** - Kuwapa watoto majina ya miungu ya mito, kuzika kamba karibu na madhabahu za baharini.
- **Karibea/Amerika ya Kusini** - Taratibu za ubatizo za Santeria, wakfu kwa mtindo wa Kiyoruba na mimea na vitu vya mto.
- **Asia** - Taratibu za Kihindu zinazohusisha maji ya Ganges, majina

yaliyohesabiwa kwa unajimu yanayohusishwa na roho za kimsingi.
- **Ulaya** - Mila ya majina ya ki-Druidic au esoteric inayovutia walinzi wa misitu/maji.
- **Amerika Kaskazini** - Wakfu wa kitamaduni wa asili, baraka za kisasa za watoto wa Wicca, sherehe za kuwataja watu wa kizazi kipya zinazoita "miongozo ya zamani."

## Je! Nitajuaje?

- Mateso ya utotoni yasiyoelezeka, magonjwa, au "marafiki wa kufikiria"
- Ndoto za mito, nguva, kufukuzwa na maji
- Kuchukia makanisa lakini kuvutiwa na mambo ya fumbo
- Hisia ya kina ya "kufuatwa" au kutazamwa tangu kuzaliwa
- Kugundua jina la pili au sherehe isiyojulikana inayohusishwa na utoto wako

## Mpango wa Utekelezaji - Komboa Uchanga

1. **Muulize Roho Mtakatifu** : Ni nini kilifanyika nilipozaliwa? Ni mikono gani ya kiroho iliyonigusa?
2. **Kataa wakfu wote uliofichwa** , hata kama unafanywa kwa kutojua: "Nalikataa agano lolote lililofanywa kwa ajili yangu ambalo halikuwa kwa Bwana Yesu Kristo."
3. **Vunja uhusiano na majina ya mababu, herufi za kwanza na ishara** .
4. **Tumia Isaya 49:24–26, Wakolosai 2:14, na 2 Wakorintho 5:17** kutangaza utambulisho katika Kristo.
5. Ikihitajika, **fanya sherehe ya kuweka wakfu upya** - jitoe (au watoto wako) kwa Mungu upya, na utangaze majina mapya ukiongozwa.

## MAOMBI YA KIKUNDI

- Waalike washiriki kutafiti hadithi ya majina yao.
- Unda nafasi ya kubadilisha jina la kiroho ukiongozwa - ruhusu watu

kudai majina kama vile "David," "Esta," au vitambulisho vinavyoongozwa na roho.
- Liongoze kundi katika *ubatizo wa kimfano* wa kujiweka wakfu - si kuzamishwa katika maji, bali upako na agano lenye msingi wa neno pamoja na Kristo.
- Acha wazazi wavunje maagano juu ya watoto wao katika sala: "Ninyi ni wa Yesu—hakuna roho, mto, au uhusiano wa mababu wenye msingi wowote wa kisheria."

## Utambuzi Muhimu

Mwanzo wako ni muhimu. Lakini sio lazima kufafanua mwisho wako. Kila madai ya mto yanaweza kuvunjwa na mto wa damu ya Yesu.

## Jarida la Tafakari

- Ni majina gani au herufi gani nilizopewa , na zinamaanisha nini?
- Je, kulikuwa na mila za siri au za kitamaduni zilizofanywa nilipozaliwa nilihitaji kuachana nazo?
- Je, kweli nimejitolea maisha yangu—mwili, nafsi, jina, na utambulisho wangu—kwa Bwana Yesu Kristo?

## Sala ya Ukombozi

**Mungu Baba, naja mbele zako kwa jina la Yesu. Ninakanusha kila agano, wakfu, na tambiko lililofanywa nilipozaliwa. Ninakataa kila jina, uanzishwaji wa maji, na madai ya mababu. Iwe kupitia herufi za kwanza, majina, au madhabahu yaliyofichwa - ninaghairi kila haki ya kishetani ya maisha yangu. Sasa natangaza kwamba mimi ni Wako kikamilifu. Jina langu limeandikwa katika Kitabu cha Uzima. Mambo yangu yaliyopita yamefunikwa na damu ya Yesu, na utambulisho wangu umetiwa muhuri na Roho Mtakatifu. Amina.**

# SIKU YA 40: KUTOKA KUKABIDHIWA HADI MKOMBOZI - MAUMIVU YAKO NDIO KUTAWAZWA KWAKO

"*Lakini watu wamjuao Mungu wao watakuwa hodari, na kutenda mambo makuu.*" — Danieli 11:32

"*Ndipo Bwana akawainulia waamuzi waliowaokoa na mikono ya hao washambuliaji.* — Waamuzi 2:16

Hukutolewa ili ukae kimya kanisani.

Hukuwekwa huru ili tu uendelee kuishi. Ulitolewa **ili kuwatoa wengine**.

Yesu yule yule aliyemponya mwenye pepo katika Marko 5 alimtuma tena Dekapoli kusimulia hadithi. Hakuna seminari. Hakuna kuwekwa wakfu. Ushuhuda tu **unaowaka** na kinywa kilichochomwa moto.

**Wewe ni mtu huyo. Mwanamke huyo. Familia hiyo. Taifa hilo.**

Maumivu uliyovumilia sasa ndiyo silaha yako.

Mateso uliyoyakimbia ni tarumbeta yako. Kilichokuweka gizani sasa kinakuwa **hatua ya utawala wako.**

**Hadithi Halisi - Kutoka kwa Bibi-arusi wa Baharini hadi Waziri wa Ukombozi**

Rebecca, kutoka Kamerun, alikuwa bibi-arusi wa zamani wa roho ya baharini. Alianzishwa akiwa na umri wa miaka 8 wakati wa sherehe ya kumtaja pwani. Kufikia 16, alikuwa akifanya ngono katika ndoto, akiwadhibiti wanaume kwa macho yake, na alikuwa amesababisha talaka nyingi kwa uchawi. Alijulikana kama "laana nzuri."

Alipokutana na injili katika chuo kikuu, mapepo yake yalienda porini. Ilichukua miezi sita ya kufunga, ukombozi, na ufuasi wa kina kabla ya kuwa huru.

Leo, anafanya makongamano ya ukombozi kwa wanawake kote Afrika. Maelfu wameachiliwa kupitia utiifu wake.

Ingekuwaje kama angekaa kimya?

## Apostolic Rise - Global Delivers Are Being Born

- **Katika Afrika**, waganga wa zamani sasa wanapanda makanisa.
- **Huko Asia**, Wabudha wa zamani wanahubiri Kristo katika nyumba za siri.
- **Katika Amerika ya Kusini**, makasisi wa zamani wa Santeria sasa wanavunja madhabahu.
- **Huko Ulaya**, washirikina wa zamani huongoza mafunzo ya Biblia ya ufafanuzi mtandaoni.
- **Nchini Amerika Kaskazini**, walionusurika katika udanganyifu wa enzi mpya wanaongoza utoaji wa Zoom kila wiki.

Hao ndio **wasiowezekana**, waliovunjika, watumwa wa zamani wa giza sasa wanatembea kwenye nuru - na **wewe ni mmoja wao**.

## Mpango Kazi wa Mwisho - Ingia Katika Simu Yako

1. **Andika ushuhuda wako** - hata kama unahisi sio wa kushangaza. Mtu anahitaji hadithi yako ya uhuru.
2. **Anza kidogo** - Ombea rafiki. Onyesha funzo la Biblia. Shiriki mchakato wako wa uwasilishaji.
3. **Usiache kamwe kujifunza** - Waokoaji hubaki katika Neno, salia watubu, na wakae makini.
4. **Funika familia yako** - Tangaza kila siku kwamba giza liko kwako na watoto wako.
5. **Tangaza maeneo ya vita vya kiroho** - Mahali pako pa kazi, nyumba yako, mtaani kwako. Kuwa mlinzi wa lango.

## Uagizo wa Kikundi

Leo sio ibada tu - ni **sherehe ya kuwaagiza**.

- Paka vichwa vya kila mmoja na mafuta na useme:

*"Umetolewa ili uokoe. Simama, Mwamuzi wa Mungu."*

- Tangazeni kwa sauti kama kikundi:

*"Sisi si waokokaji tena, sisi ni wapiganaji, tumebeba nuru, na giza linatetemeka."*

- Teua jozi za maombi au washirika wa uwajibikaji ili kuendelea kukua katika ujasiri na athari.

**Utambuzi Muhimu**
Kisasi kikubwa dhidi ya ufalme wa giza sio uhuru tu.
Ni kuzidisha.

**Jarida la Mwisho la Tafakari**

- Ni wakati gani nilipojua kuwa nilikuwa nimevuka kutoka gizani kwenda kwenye nuru?
- Nani anahitaji kusikia hadithi yangu?
- Ni wapi ninaweza kuanza kuangazia nuru kwa makusudi wiki hii?
- Je, niko tayari kudhihakiwa, kutoeleweka, na kupingwa - kwa ajili ya kuwaweka wengine huru?

**Maombi ya Kuamuru**
Baba Mungu, nakushukuru kwa siku 40 za moto, uhuru na ukweli. Hukuniokoa ili tu kunihifadhi - Ulinitoa niwakomboe wengine. Leo napokea vazi hili. Ushuhuda wangu ni upanga. Makovu yangu ni silaha. Maombi yangu ni nyundo. Utiifu wangu ni ibada. Sasa ninatembea katika jina la Yesu - kama zima moto, mkombozi, mchukua-nuru. Mimi ni Wako. Giza halina nafasi ndani yangu, na hakuna mahali karibu nami. Mimi kuchukua nafasi yangu. Katika jina la Yesu. Amina.

# 360° TANGAZO LA KILA SIKU LA UKOMBOZI & UTAWALA – Sehemu ya 1

"**K**ila silaha itakayofanyika juu yako haitafanikiwa, na kila ulimi utakaoinuka juu yako katika hukumu utauhukumu kuwa mkosa. Huu ndio urithi wa watumishi wa Bwana..." - Isaya 54:17

**Leo na kila siku, ninachukua nafasi yangu kamili katika Kristo - roho, nafsi, na mwili.**

Ninafunga kila mlango - unaojulikana na usiojulikana - kwa ufalme wa giza.

Ninavunja mawasiliano yote, mkataba, agano, au ushirika na madhabahu wabaya, roho za mababu, wenzi wa ndoa, jumuiya za uchawi, uchawi, na ushirikiano wa mapepo - kwa damu ya Yesu!

Ninatangaza siuzwi. Sipatikani. Mimi si mtu wa kuajiriwa. Sijaanzishwa tena.

Kila ukumbusho wa kishetani, uchunguzi wa kiroho, au mwito mbaya - utawanywe kwa moto, kwa jina la Yesu!

Ninajifunga kwa nia ya Kristo, mapenzi ya Baba, na sauti ya Roho Mtakatifu.

Ninatembea katika nuru, katika ukweli, katika nguvu, katika usafi, na katika kusudi.

Ninafunga kila jicho la tatu, lango la kiakili, na lango lisilo takatifu linalofunguliwa kupitia ndoto, kiwewe, ngono, mila, vyombo vya habari, au mafundisho ya uwongo.

Wacha moto wa Mungu uteketeze kila amana isiyo halali katika roho yangu, kwa jina la Yesu.

Ninazungumza na anga, ardhi, bahari, nyota na mbingu - hamtafanya kazi dhidi yangu.

Kila madhabahu iliyofichwa, wakala, mlinzi, au pepo wa kunong'ona aliyepewa dhidi ya maisha yangu, familia, wito, au eneo - nyang'anywe silaha na kunyamazishwa kwa damu ya Yesu!

Ninaloweka akili yangu katika Neno la Mungu.

Ninatangaza ndoto zangu zimetakaswa. Mawazo yangu yamelindwa. Usingizi wangu ni mtakatifu. Mwili wangu ni hekalu la moto.

Kuanzia wakati huu kwenda mbele, ninatembea katika ukombozi wa digrii 360 - hakuna kitu kilichofichwa, hakuna kilichokosa.

Kila utumwa unaoendelea hukatika. Kila nira ya kizazi huvunjika. Kila dhambi isiyotubu inafichuliwa na kutakaswa.

Natangaza:

- **Giza halina mamlaka juu yangu.**
- **Nyumba yangu ni eneo la moto.**
- **Malango yangu yamefungwa kwa utukufu.**
- **Ninaishi kwa utii na kutembea kwa nguvu.**

Ninainuka kama mkombozi kwa kizazi changu.

Sitaangalia nyuma. sitarudi nyuma. Mimi ni mwepesi. Mimi ni moto. niko huru. Katika jina kuu la Yesu. Amina!

# 360° TANGAZO LA KILA SIKU LA UKOMBOZI & UTAWALA – Sehemu ya 2

Ulinzi dhidi ya uchawi, uchawi, wachawi, wawasiliani, na njia za mapepo

Ukombozi kwa ajili yako mwenyewe na wengine chini ya ushawishi wao au utumwa

**Kusafisha na kufunika** kwa damu ya Yesu

**Marejesho ya utimamu, utambulisho, na uhuru** katika Kristo

**Ulinzi na Uhuru kutoka kwa Wachawi, Waalimu, Wachawi, na Utumwa wa Kiroho**

(Kupitia Damu ya Yesu na Neno la Ushuhuda Wetu)

"Nao wakamshinda kwa damu ya Mwana-Kondoo, na kwa neno la ushuhuda wao..."

Ufunuo *12:11*

"Bwana ... huzuia ishara za manabii wa uongo na huwafanya waaguzi kuwa wajinga ... huthibitisha neno la mtumishi wake na kutimiza shauri la wajumbe wake."

— *Isaya 44:25–26*

"Roho wa Bwana yu juu yangu... kuwatangazia wafungwa kufunguliwa kwao, na hao waliofungwa kufunguliwa kwao."

— *Luka 4:18*

**SALA YA KUFUNGUA:**

Baba Mungu, ninakuja kwa ujasiri leo kwa damu ya Yesu. Ninakubali uwezo katika jina Lako na kutangaza kwamba Wewe peke yako ndiwe mwokozi na mtetezi wangu. Ninasimama kama mtumishi na shahidi Wako, na ninatangaza Neno Lako kwa ujasiri na mamlaka leo.

**MATANGAZO YA ULINZI NA UKOMBOZI**

**1. Kukombolewa kutoka kwa Uchawi, Wasaidizi wa Kati, Wachawi, na Ushawishi wa Kiroho:**

- Ninavunja **na kukataa** kila laana, uchawi, uaguzi, uchawi, udanganyifu, ufuatiliaji, makadirio ya nyota, au uhusiano wa roho - unaonenwa au kupitishwa - kupitia uchawi, uchawi, wachawi, au njia za kiroho.
- Ninatangaza kwamba **damu ya Yesu** ni dhidi ya kila roho mchafu anayetaka kunifunga, kuvuruga, kudanganya, au kunidanganya mimi au familia yangu.
- Ninaamuru **kuingiliwa kwa kiroho, milki, ukandamizaji, au utumwa wa roho** kuvunjwa sasa na mamlaka katika jina la Yesu Kristo.
- Ninasema **ukombozi kwa ajili yangu na kwa kila mtu kwa kujua au kutojua chini ya ushawishi wa uchawi au nuru ya uwongo**. Njoo nje sasa! Kuwa huru, katika jina la Yesu!
- Ninatoa wito kwa moto wa Mungu **kuchoma kila nira ya kiroho, mkataba wa kishetani, na madhabahu** iliyosimamishwa katika roho ili kufanya utumwa au kunasa hatima zetu.

"Hapana uchawi juu ya Yakobo, wala hapana uganga juu ya Israeli." — *Hesabu 23:23*

**2. Utakaso na Ulinzi wa Binafsi, Watoto, na Familia:**

- Ninasihi damu ya Yesu juu ya **akili, nafsi, roho, mwili, hisia, familia, watoto na kazi yangu.**
- Ninatangaza: Mimi na nyumba yangu **tumetiwa muhuri na Roho Mtakatifu na tumefichwa pamoja na Kristo katika Mungu.**
- Hakuna silaha itakayofanyika dhidi yetu itakayofanikiwa. Kila ulimi unaosema mabaya dhidi yetu **unahukumiwa na kunyamazishwa** kwa jina la Yesu.
- Ninakanusha na kutoa kila **roho ya woga, mateso, machafuko, upotoshaji, au udhibiti**.

"Mimi ni BWANA, niziharibuye ishara za waongo."— *Isaya 44:25*

**3. Marejesho ya Utambulisho, Madhumuni, na Akili timamu:**

- Ninarudisha kila sehemu ya nafsi yangu na utambulisho ambao **uliuzwa, umenaswa, au kuibiwa** kwa njia ya udanganyifu au maelewano ya kiroho.
- Ninatangaza: Nina **nia ya Kristo**, na ninatembea katika uwazi, hekima, na mamlaka.
- Ninatangaza: Nimekombolewa **kutoka kwa kila laana ya kizazi na uchawi wa nyumbani**, na ninatembea katika agano na Bwana.

"Mungu hakunipa roho ya woga, bali ya nguvu, na upendo, na moyo wa kiasi." — *2 Timotheo 1:7*

**4. Kufunika Kila Siku na Ushindi katika Kristo:**

- Ninatangaza: Leo, ninatembea katika **ulinzi wa kimungu, utambuzi, na amani**.
- Damu ya Yesu inazungumza **mambo bora zaidi** kwa ajili yangu—ulinzi, uponyaji, mamlaka, na uhuru.
- Kila kazi mbaya iliyowekwa kwa siku hii inabatilishwa. Natembea katika ushindi na ushindi katika Kristo Yesu.

"Watu elfu wanaweza kuanguka upande wangu, na elfu kumi mkono wangu wa kuume, lakini hawatanikaribia."— *Zaburi 91:7*

**TAMKO NA USHUHUDA WA MWISHO:**

"Ninashinda kila aina ya giza, uchawi, uchawi, uchawi, upotoshaji wa kiakili, kuchezea roho, na uhamisho mbaya wa kiroho—si kwa nguvu zangu bali **kwa damu ya Yesu na Neno la ushuhuda wangu**."

"Natangaza: **Nimekombolewa, Nyumba yangu imekombolewa,** Kila nira iliyofichwa imevunjwa, Kila mtego umefichuliwa, Kila nuru ya uwongo imezimwa.

"Bwana hulithibitisha neno la mtumishi wake, na hulitimiza shauri la mjumbe wake; ndivyo itakavyokuwa leo na kila siku tangu sasa."

Katika jina kuu la Yesu, **Amina.**

**MAREJEO YA MAANDIKO:**

- Isaya 44:24–26
- Ufunuo 12:11
- Isaya 54:17
- Zaburi 91
- Hesabu 23:23
- Luka 4:18
- Waefeso 6:10–18
- Wakolosai 3:3
- 2 Timotheo 1:7

# 360° TANGAZO LA KILA SIKU LA UKOMBOZI & UTAWALA - Sehemu ya 3

"**B**wana ni mtu wa vita, Bwana ndilo jina lake." — Kutoka 15:3
"Nao wakamshinda kwa damu ya Mwana-Kondoo na kwa neno la ushuhuda wao..." Ufunuo 12:11

Leo, ninasimama na kuchukua nafasi yangu katika Kristo, nimeketi katika ulimwengu wa roho, juu sana kuliko falme zote, mamlaka, enzi, usultani, na kila jina linalotajwa.

**NAKATAA**

Ninakanusha kila agano linalojulikana na lisilojulikana, kiapo, au uanzishwaji:

- Freemasonry (digrii 1 hadi 33)
- Kabbala na mafumbo ya Kiyahudi
- Nyota ya Mashariki na Rosicrucians
- Maagizo ya Jesuit na Illuminati
- Undugu wa Shetani na madhehebu ya Luciferian
- Roho za baharini na maagano ya chini ya bahari
- Nyoka za Kundalini, mipangilio ya chakra, na uanzishaji wa jicho la tatu
- Udanganyifu wa New Age, Reiki, yoga ya Kikristo, na kusafiri kwa nyota
- Uchawi, uchawi, uchawi, na mikataba ya nyota
- Uhusiano wa nafsi za uchawi kutoka kwa ngono, matambiko, na mapatano ya siri
- Viapo vya Kimasoni juu ya ukoo wangu wa damu na ukuhani wa mababu

Ninakata kila kitovu cha kiroho kwa:

- Madhabahu za damu za kale
- Moto wa unabii wa uwongo
- Wenzi wa ndoa na wavamizi wa ndoto
- Jiometri takatifu, misimbo nyepesi, na mafundisho ya sheria za ulimwengu
- Makristo wa uwongo , roho zinazofahamika, na roho takatifu bandia

Acha damu ya Yesu inene kwa niaba yangu. Kila mkataba uvunjwe. Kila madhabahu ivunjwe. Acha kila utambulisho wa kishetani ufutwe - sasa!

## NATANGAZA
Natangaza:

- Mwili wangu ni hekalu hai la Roho Mtakatifu.
- Akili yangu inalindwa na chapeo ya wokovu.
- Nafsi yangu imetakaswa kila siku kwa kuoshwa kwa Neno.
- Damu yangu imesafishwa na Kalvari.
- Ndoto zangu zimefungwa kwa nuru.
- Jina langu limeandikwa katika Kitabu cha Uzima cha Mwana-Kondoo - sio katika sajili yoyote ya uchawi, nyumba ya kulala wageni, kitabu cha kumbukumbu, gombo, au muhuri!

## NAAGIZA
Ninaamuru:

- Kila wakala wa giza - waangalizi, wachunguzi, projekta za astral - kupofushwa na kutawanyika.
- Kila upande wa ulimwengu wa chini, ulimwengu wa baharini, na ndege ya nyota - ivunjwe!
- Kila alama ya giza, kupandikizwa, jeraha la kitamaduni, au chapa ya kiroho - isafishwe kwa moto!
- Kila roho inayonong'ona inaongopa - nyamazishwa sasa!

## NAACHANA

Ninajitenga na:

- Muda wote wa kishetani, magereza ya nafsi, na ngome za roho
- Nafasi na digrii zote za jamii ya siri
- Nguo zote za uongo, viti vya enzi, au taji zote ambazo nimevaa
- Kila utambulisho haukuandikwa na Mungu
- Kila muungano, urafiki, au uhusiano unaowezeshwa na mifumo ya giza

## NAANZISHA
Ninaanzisha:

- Ukuta wa utukufu karibu nami na kaya yangu
- Malaika watakatifu kwenye kila lango, lango, dirisha na njia
- Usafi katika vyombo vya habari, muziki, kumbukumbu na akili yangu
- Ukweli katika urafiki wangu, huduma, ndoa, na misheni
- Ushirika usiovunjika na Roho Mtakatifu

## NAWASILISHA
Ninajisalimisha kikamilifu kwa Yesu Kristo -
Mwana-Kondoo aliyechinjwa, Mfalme anayetawala , Simba anayenguruma.
**Ninachagua mwanga. Ninachagua ukweli. Ninachagua utii.**
Mimi si wa falme za giza za ulimwengu huu.
Mimi ni wa Ufalme wa Mungu wetu na wa Kristo wake.

## NAONYA ADUI
Kwa tamko hili natoa notisi kwa:

- Kila enzi ya hali ya juu
- Kila roho inayotawala juu ya miji, damu, na mataifa
- Kila msafiri wa nyota, mchawi, vita, au nyota iliyoanguka...

Mimi ni mali isiyoweza kuguswa.

Jina langu halipatikani kwenye kumbukumbu zako. Nafsi yangu haiuzwi. Ndoto zangu ziko chini ya amri. Mwili wangu si hekalu lako. Mustakabali wangu sio uwanja wako wa michezo. sitarudi utumwani. Sitarudia mizunguko ya mababu. Sitabeba moto wa ajabu. Sitakuwa mahali pa kupumzika kwa nyoka.

## NAWEKA MUHURI

Ninatia muhuri tamko hili kwa:

- Damu ya Yesu
- Moto wa Roho Mtakatifu
- Mamlaka ya Neno
- Umoja wa Mwili wa Kristo
- Sauti ya ushuhuda wangu

**Katika jina la Yesu, Amina na Amina**

# HITIMISHO: KUTOKA KUOKOKA HADI UWANA - KUKAA HURU, KUISHI HURU, KUWAWEKA HURU WENGINE.

"*Kwa hiyo simameni imara katika uhuru ambao Kristo alituweka huru, wala msinaswe tena nira ya utumwa.*" — Wagalatia 5:1

"*Akawatoa katika giza na uvuli wa mauti, na kuivunja minyororo yao.*" — Zaburi 107:14

Siku hizi 40 hazikuwa za maarifa tu. Walikuwa juu ya **vita**, **kuamka**, na **kutembea katika utawala**.

Umeona jinsi ufalme wa giza unavyofanya kazi - kwa hila, kizazi, wakati mwingine wazi. Umesafiri kupitia malango ya mababu, ulimwengu wa ndoto, mapatano ya uchawi, mila za kimataifa, na mateso ya kiroho. Umekumbana na shuhuda za maumivu yasiyofikirika - lakini pia **ukombozi mkali**. Umevunja madhabahu, umekataa uongo, na umekabiliana na mambo ambayo mimbari nyingi huogopa kutaja.

**LAKINI HUU SIO MWISHO.**

Sasa inaanza safari ya kweli: **Kudumisha uhuru wako. Kuishi katika Roho. Kufundisha wengine njia ya kutoka.**

Ni rahisi kupitia siku 40 za moto na kurudi Misri. Ni rahisi kubomoa madhabahu ili tu kuzijenga upya katika upweke, tamaa, au uchovu wa kiroho.

Usifanye.

Wewe si **mtumwa tena wa mizunguko**. Wewe ni **mlinzi** ukutani. Mlinzi **wa lango** kwa familia yako. Shujaa wa jiji lako. Sauti kwa mataifa.

## SHITAKA 7 LA MWISHO KWA WALE WATAKAOTEMBEA KATIKA UTAWALA

1. **Linda malango yako**
   Usifungue tena milango ya kiroho kupitia maelewano, uasi,

mahusiano, au udadisi.
*"Msimpe ibilisi nafasi."* — Waefeso 4:27

2. **Nidhamu hamu yako**
Kufunga kunapaswa kuwa sehemu ya mdundo wako wa kila mwezi. Inatawala roho na kuweka mwili wako chini ya utii.

3. **Jitolee kwa usafi**
Kihisia, ngono, matusi, macho. Uchafu ni lango namba moja ambalo pepo hutumia kutambaa kurudi ndani.

4. **Kutawala**
Maandiko ya Neno si hiari. Ni upanga wako, ngao, na mkate wa kila siku. *"Neno la Kristo na likae kwa wingi ndani yenu..."* (Kol. 3:16).

5. **Tafuta kabila lako**
Ukombozi haukusudiwa kutembezwa peke yako. Jenga, tumikia, na uponyeshe katika jumuiya iliyojaa Roho.

6. **Kumbatia mateso**
Ndiyo - mateso. Sio mateso yote ni ya kishetani. Baadhi ni kutakasa. Tembea ndani yake. Utukufu uko mbele.
*"Baada ya kuteswa kwa muda kidogo... Yeye atawatia nguvu, na kuwaweka imara, na kuwathibitisha."* — 1 Petro 5:10

7. **Wafundishe wengine**
Umepokea bure - sasa toa bure. Wasaidie wengine wawe huru. Anza na nyumba yako, mduara wako, kanisa lako.

## KUTOKA KUTOLEWA HADI KUWA WANAFUNZI

Ibada hii ni kilio cha kimataifa - sio tu kwa uponyaji lakini kwa jeshi kuongezeka.

Ni **wakati wa wachungaji** ambao wanaweza kunusa vita.

Ni **wakati wa manabii** ambao hawakurupuki na nyoka.

Ni **wakati wa akina mama na baba** wanaovunja mapatano ya vizazi na kujenga madhabahu za ukweli.

Ni **wakati wa mataifa** kuonywa, na kwa Kanisa kutonyamaza tena.

## WEWE NDIO TOFAUTI

Unakwenda wapi kutoka hapa ni muhimu. Unachobeba ni muhimu. Giza ulilotolewa ndilo eneo ambalo sasa una mamlaka juu yake.

Ukombozi ulikuwa haki yako ya mzaliwa wa kwanza. Utawala ni vazi lako. Sasa tembea ndani yake.

## DUA YA MWISHO

Bwana Yesu, asante kwa kutembea nami siku hizi 40. Asante kwa kufichua giza, kuvunja minyororo, na kuniita mahali pa juu. Ninakataa kurudi. Ninavunja kila makubaliano kwa hofu, shaka, na kushindwa. Ninapokea mgawo wangu wa ufalme kwa ujasiri. Nitumie kuwaweka wengine huru. Nijaze na Roho Mtakatifu kila siku. Acha maisha yangu yawe silaha ya nuru - katika familia yangu, katika taifa langu, katika Mwili wa Kristo. Sitanyamaza. Sitashindwa. sitakata tamaa. Ninatembea kutoka gizani hadi kwenye utawala. Milele. Katika jina la Yesu. Amina.

# Jinsi ya Kuzaliwa Mara ya Pili na Kuanza Maisha Mapya pamoja na Kristo

Labda umewahi kutembea na Yesu hapo awali, au labda umekutana Naye katika siku hizi 40. Lakini sasa hivi, kuna kitu ndani yako kinasisimka.

Uko tayari kwa zaidi ya dini.

Uko tayari kwa **uhusiano**.

Uko tayari kusema, "Yesu, ninakuhitaji."

Huu ndio ukweli:

*"Kwa maana kila mtu amefanya dhambi; sisi sote tunapungukiwa na kipimo cha utukufu wa Mungu; lakini Mungu, kwa neema yake, hutufanya waadilifu mbele zake."*

— Warumi 3:23–24 ( NLT)

Huwezi kupata wokovu.

Huwezi kujirekebisha. Lakini Yesu tayari amelipa gharama kamili - na anangoja kukukaribisha nyumbani.

## Jinsi ya Kuzaliwa Mara ya Pili

KUZALIWA MARA YA PILI kunamaanisha kukabidhi maisha yako kwa Yesu - kukubali msamaha wake, kuamini kuwa alikufa na kufufuka tena, na kumpokea kama Bwana na Mwokozi wako.

Ni rahisi. Ina nguvu. Inabadilisha kila kitu.

## Omba Hili Kwa Sauti:

"BWANA YESU, NINAAMINI Wewe ni Mwana wa Mungu.

**Ninaamini ulikufa kwa ajili ya dhambi zangu na kufufuka tena.**

**Ninakiri kwamba nimefanya dhambi na ninahitaji msamaha wako.**

**Leo, ninatubu na kuacha njia zangu za zamani.**

**Ninakualika maishani mwangu uwe Bwana na Mwokozi wangu.**

Unioshe. Unijaze na Roho Wako.

Ninatangaza kuwa nimezaliwa mara ya pili, nimesamehewa, na niko huru.

Ninakushukuru kwa kufuata hatua zako
za siku hii mbele yako.
katika jina la Yesu, amina.

## Hatua Zinazofuata Baada Ya Wokovu

1. **Mwambie Mtu** - Shiriki uamuzi wako na mwamini unayemwamini.
2. **Tafuta Kanisa Linalotegemea Biblia** - Jiunge na jumuiya inayofundisha Neno la Mungu na kuliishi. Tembelea huduma za God's Eagle mtandaoni kupitia https://www.otakada.org [1] au https://chat.whatsapp.com/H67spSun32DDTma8TLh0ov
3. **Ubatizwe** - Chukua hatua inayofuata hadharani kutangaza imani yako.
4. **Soma Biblia Kila Siku** - Anza na Injili ya Yohana.
5. **Omba Kila Siku** - Zungumza na Mungu kama rafiki na Baba.
6. **Endelea Kuunganishwa** - Jizungushe na watu wanaohimiza matembezi yako mapya.
7. **Anzisha Mchakato wa uanafunzi ndani ya jumuiya** - Tengeneza uhusiano wa mtu mmoja baada ya mwingine na Yesu Kristo kupitia viungo hivi

Ufuasi wa 1 wa siku 40 - https://www.otakada.org/get-free-40-days-online-discipleship-course-in-a-journey-with-jesus/

40 Uanafunzi 2 - https://www.otakada.org/get-free-40-days-dna-of-discipleship-journey-with-jesus-series-2/

---

1. https://www.otakada.org

# Muda Wangu Wa Wokovu

Tarehe : _____
Sahihi : _____

"Hata imekuwa, mtu akiwa ndani ya Kristo amekuwa kiumbe kipya; ya kale yamepita tazama!
— 2 Wakorintho 5:17

# Cheti cha Maisha Mapya katika Kristo

## Tamko la Wokovu - Kuzaliwa Mara ya Pili kwa Neema

Hii inathibitisha hilo

---

*(JINA KAMILI)*

ametangaza hadharani **imani katika Yesu Kristo** kama Bwana na Mwokozi na amepokea zawadi ya bure ya wokovu kupitia kifo na ufufuo Wake.

*"Ukikiri waziwazi ya kuwa Yesu ni Bwana, na kuamini moyoni mwako ya kuwa Mungu alimfufua katika wafu, utaokoka."*
— Warumi 10:9 ( NLT)

Siku hii, mbingu hufurahi na safari mpya huanza.

**Tarehe ya uamuzi :**
_____

**Sahihi :** _____

## Tamko la Wokovu

"LEO, NINAYAKABIDHI maisha yangu kwa Yesu Kristo.

Ninaamini alikufa kwa ajili ya dhambi zangu na kufufuka tena. Ninampokea kama Bwana na Mwokozi wangu. Nimesamehewa, nimezaliwa mara ya pili, na kufanywa upya. Kuanzia wakati huu kwenda mbele, nitatembea katika hatua zake."

# Karibu katika Familia ya Mungu!

JINA LAKO LIMEANDIKWA katika Kitabu cha Uzima cha Mwana-Kondoo.

Hadithi yako ndiyo inaanza - na ni ya milele.

# JIUNGANISHE NA HUDUMA ZA MUNGU TAI

- Tovuti: www.otakada.org[1]
- Mfululizo wa Utajiri Zaidi ya Wasiwasi: www.wealthbeyondworryseries.com[2]
- Barua pepe: ambassador@otakada.org

- **Saidia kazi hii:**

Saidia miradi ya ufalme, misheni, na rasilimali za kimataifa bila malipo kupitia utoaji unaoongozwa na agano.
**Changanua Msimbo wa QR ili Kutoa**
https://tithe.ly/give?c=308311
Ukarimu wako hutusaidia kufikia watu wengi zaidi, kutafsiri nyenzo, kusaidia wamishonari, na kujenga mifumo ya uanafunzi duniani kote. Asante!

---

1. https://www.otakada.org
2. https://www.wealthbeyondworryseries.com

## 3. JIUNGE NA JUMUIYA Yetu ya Agano la WhatsApp

Pokea masasisho, maudhui ya ibada, na ungana na waumini wenye nia ya agano duniani kote.

**Changanua ili Kujiunga**

https://chat.whatsapp.com/H67spSun32DDTma8TLh0ov

# VITABU NA RASILIMALI ZINAZOPENDEKEZWA

- *Imetolewa kutoka kwa Nguvu ya Giza* (**Karatasi**) - Nunua Hapa [1]| Kitabu pepe [2]kwenye Amazon[3]

- **Maoni Maarufu kutoka Marekani:**
  - **Wateja wa Kindle** : "Mkristo Bora zaidi aliyewahi kusoma!" (Nyota 5)

---

1. https://shop.ingramspark.com/b/084?params=oeYbAkVTC5ao8PfdVdzwko7wi6IQimgJY2779NaqG4e
2. https://www.amazon.com/Delivered-Power-Darkness-AFRICAN-DELIVERED-ebook/dp/B0CC5MM4MV
3. https://www.amazon.com/Delivered-Power-Darkness-AFRICAN-DELIVERED-ebook/dp/B0CC5MM4MV

MSIFU YESU KWA USHUHUDA huu. Nimebarikiwa sana na ningependekeza kila mtu asome kitabu hiki... Kwa maana mshahara wa dhambi ni mauti bali karama ya Mungu ni uzima wa milele. Shalom! Shalom!

- **Da Gster** : "Hiki ni kitabu cha kuvutia sana na cha ajabu." (Nyota 5)

Ikiwa yaliyosemwa katika kitabu ni kweli basi tuko nyuma sana kwa yale ambayo adui anaweza kufanya! ... Jambo la lazima kwa yeyote anayetaka kujifunza kuhusu vita vya kiroho.

- **Visa** : "Penda kitabu hiki" (nyota 5)

Hiki ni kifungua macho... ungamo la kweli... Hivi majuzi nimekuwa nikikitafuta kila mahali ili niinunue. Nimefurahi sana kuipata kutoka Amazon.

- **FrankJM** : "Tofauti kabisa" (nyota 4)

Kitabu hiki kinanikumbusha jinsi vita vya kiroho ni vya kweli. Pia inaleta akilini sababu ya kuvaa "Silaha Kamili za Mungu."

- **JenJen** : "Kila mtu anayetaka kwenda Mbinguni- soma hili!" (Nyota 5)

Kitabu hiki kilibadilisha maisha yangu sana. Pamoja na ushuhuda wa John Ramirez, itakufanya uangalie imani yako kwa njia tofauti. Nimeisoma mara 6!

- *Aliyekuwa Shetani: The James Exchange* (Paperback) - **Nunua Hapa** [4]| Kitabu pepe [5]kwenye Amazon[6]

---

4. https://shop.ingramspark.com/b/ 084?params=I2HNGtbqJRbal8OxU3RMTApQsLLxcUCTC8zUdzDy0W1
5. https://www.amazon.com/JAMESES-Exchange-Testimony-High-Ranking-Encounters-ebook/dp/ B0DJP14JLH
6. https://www.amazon.com/JAMESES-Exchange-Testimony-High-Ranking-Encounters-ebook/dp/ B0DJP14JLH

- ***USHUHUDA WA ALIYEKUWA SHETANI Mwafrika*** - *Mchungaji JONAS LUKUNTU MPALA* (Paperback) - **Nunua Hapa** [7]| **Kitabu pepe** [8]**kwenye Amazon**[9]

- *Ushujaa Kubwa 14* (Paperback) - **Nunua Hapa** [10]| **Kitabu pepe** [11]**kwenye Amazon**[12]

---

7. https://shop.ingramspark.com/b/ 084?params=0Aj9Sze4cYoLM5OqWrD20kgknXQQqO5AZYXcWtoMqWN

8. https://www.amazon.com/TESTIMONY-African-EX-SATANIST-Pastor-Jonas-ebook/dp/ B0DJDLFKNR

9. https://www.amazon.com/TESTIMONY-African-EX-SATANIST-Pastor-Jonas-ebook/dp/ B0DJDLFKNR

10. https://shop.ingramspark.com/b/084?params=772LXinQn9nCWcgq572PDsqPjkTJmpgSqrp88b0qzKb

11. https://www.amazon.com/Greater-Exploits-MYSTERIOUS-Strategies-Countermeasures-ebook/dp/ B0CGHYPZ8V

12. https://www.amazon.com/Greater-Exploits-MYSTERIOUS-Strategies-Countermeasures-ebook/dp/ B0CGHYPZ8V

- *Out of the Devil's Cauldron* na John Ramirez - Inapatikana kwenye Amazon[13]
- *Alikuja Kuwaweka Wafungwa Huru* na Rebecca Brown - Pata kwenye Amazon[14]

**Vitabu vingine vilivyochapishwa na mwandishi - Zaidi ya vichwa 500 Kupendwa, Kuchaguliwa na Mzima** : Safari ya Siku 30 kutoka Kukataliwa hadi **Urejesho** iliyotafsiriwa katika lugha 40 za ulimwengu.
https://www.amazon.com/Loved-Chosen-Whole-Rejection-Restoration-ebook/dp/B0F9VSD8WL
https://shop.ingramspark.com/b/084?params=xga0WR16muFUwCoeMUBHQ6HwYjddLGpugQHb3DVa5hE

---

13. https://www.amazon.com/Out-Devils-Cauldron-John-Ramirez/dp/0985604306
14. https://www.amazon.com/He-Came-Set-Captives-Free/dp/0883683239

**Katika Hatua Zake - Changamoto ya Siku 40 ya WWJD:**
**Kuishi Kama Yesu Katika Hadithi za Maisha Halisi Ulimwenguni Pote**
https://www.amazon.com/His-Steps-Challenge-Real-Life-Stories-ebook/dp/B0FCYTL5MG
https://shop.ingramspark.com/b/084?params=DuNTWS59IbkvSKtGFbCbEFdv3Zg0FaITUEvlK49yLzB

### YESU MLANGONI:
### Hadithi 40 za Kuvunja Moyo na Onyo la Mwisho la Mbinguni kwa Makanisa ya LEO

https://www.amazon.com/dp/B0FDX31L9F

https://shop.ingramspark.com/b/084?params=TpdA5j8WPvw83glJ12N1B3nf8LQte2a1lIEy32bHcGg

MAISHA YA AGANO: SIKU 40 za Kutembea katika Baraka ya Kumbukumbu la Torati 28.

- https://www.amazon.com/dp/B0FFJCLDB5

Hadithi kutoka kwa Watu Halisi, Utiifu Halisi, na Halisi
https://shop.ingramspark.com/b/
084?params=bH3pzfz1zdCOLpbs7tZYJNYgGcYfU32VMz3J3a4e2Qt

Mabadiliko katika lugha zaidi ya 20

## KUMJUA NA KUMJUA:
### Siku 40 za Uponyaji, Kuelewa, na Upendo wa Kudumu

HTTPS://WWW.AMAZON.com/KNOWING-HER-HIM-Healing-Understanding-ebook/dp/B0FGC4V3D9[15]

https://shop.ingramspark.com/b/084?params=vC6KCLoI7Nnum24BVmBtSme9i6k59p3oynaZOY4B9Rd

## KAMILI, SI KUSHINDANA:
### Safari ya Siku 40 ya Kusudi, Umoja na Ushirikiano

---

15. https://www.amazon.com/KNOWING-HER-HIM-Healing-Understanding-ebook/dp/B0FGC4V3D9

HTTPS://SHOP.INGRAMSPARK.com/b/084?params=5E4v1tHgeTqOOuEtfTYUzZDzLyXLee30cqYo0Ov9941[16]

https://www.amazon.com/COMPLETE-NOT-COMPETE-Journey-Collaboration-ebook/dp/B0FGGL1XSQ/

KANUNI YA AFYA YA KIUNGU - Funguo 40 za Kila Siku za Kuamsha Uponyaji Kupitia Neno la Mungu na Uumbaji Kufungua Nguvu ya Uponyaji ya Mimea, Maombi, na Matendo ya Kinabii.

---

16. https://shop.ingramspark.com/b/084?params=5E4v1tHgeTqOOuEtfTYUzZDzLyXLee30cqYo0Ov9941

https://shop.ingramspark.com/b/
084?params=xkZMrYcEHnrJDhe1wuHHYixZDViiArCeJ6PbNMTbTux
https://www.amazon.com/dp/B0FHJT42TK

**VITABU VINGINE VINAWEZA** kupatikana kwenye ukurasa wa mwandishi                                          https://www.amazon.com/stores/Ambassador-Monday-O.-Ogbe/author/B07MSBPFNX

# NYONGEZA (1-6): RASILIMALI ZA KUDUMISHA UHURU NA UKOMBOZI WA ZAIDI

# NYONGEZA 1: Maombi ya Kutambua Uchawi Uliofichwa, Matendo ya Uchawi, au Madhabahu ya Ajabu katika Kanisa.

"*Mwanadamu, unaona wanachofanya gizani...?*" — Ezekieli 8:12

"*Wala msishirikiane na matendo yasiyozaa ya giza, bali yafichueni.* — Waefeso 5:11

Maombi ya Utambuzi na Mfichuo:

Bwana Yesu, fungua macho yangu nione kile unachokiona. Acha kila moto wa ajabu, kila madhabahu ya siri, kila shughuli ya uchawi iliyojificha nyuma ya mimbari, viti au mazoea yafichuliwe. Ondoa vifuniko. Fichua ibada ya sanamu iliyofunikwa kama ibada, udanganyifu uliofunikwa kama unabii, na upotovu uliofunikwa kama neema. Futa mkutano wangu wa karibu. Ikiwa mimi ni sehemu ya ushirika ulioathiriwa, nipeleke kwenye usalama. Inueni madhabahu safi. Safisha mikono. Mioyo mitakatifu. Katika jina la Yesu. Amina.

# NYONGEZA YA 2: Itifaki ya Kukataa na Kusafisha Vyombo vya Habari

"*Sitaweka mbele ya macho yangu neno baya.*" —Zaburi 101:3

**Hatua za Kusafisha Maisha Yako ya Vyombo vya Habari:**

1. **Kagua** kila kitu: sinema, muziki, michezo, vitabu, majukwaa.
2. **Uliza:** Je, hii inamtukuza Mungu? Je, inafungua milango ya giza (kwa mfano, hofu, tamaa, uchawi, vurugu au mandhari ya zama mpya)?
3. **Kataa** :

"Ninakataa kila tovuti ya kishetani inayofunguliwa kupitia vyombo vya habari visivyomcha Mungu. Ninatenganisha nafsi yangu kutoka kwa uhusiano wote wa nafsi na watu mashuhuri, waundaji, wahusika, na hadithi zinazowezeshwa na adui."

1. **Futa na Uharibu** : Ondoa maudhui kimwili na kidijitali.
2. **Badala yake** na mibadala ya kimungu - ibada, mafundisho, shuhuda, filamu nzuri.

# NYONGEZA YA 3: Uamasoni, Kabbalah, Kundalini, Uchawi, Hati ya Kukataa Uchawi

"*M sijihusishe kwa neno lo lote na matendo yasiyozaa ya giza.*" —Waefeso 5:11

Sema kwa sauti:

Katika jina la Yesu Kristo, ninakanusha kila kiapo, tambiko, ishara, na kuanzishwa katika jumuiya yoyote ya siri au utaratibu wa uchawi - kwa kujua au kutojua. Ninakataa uhusiano wote na:

- **Freemasonry** - digrii zote, alama, viapo vya damu, laana, na ibada ya sanamu.
- **Kabbalah** - fumbo la Kiyahudi, usomaji wa Zohar, maombi ya mti wa uzima, au uchawi wa malaika.
- **Kundalini** - Kufungua kwa jicho la tatu, kuamka kwa yoga, moto wa nyoka, na mipangilio ya chakra.
- **Uchawi & Enzi Mpya** - Unajimu, tarot, fuwele, mila ya mwezi, kusafiri kwa roho, reiki, uchawi nyeupe au nyeusi.
- **Rosicrucians , Illuminati, Fuvu & Mifupa, Viapo vya Jesuit, Maagizo ya Druid, Ushetani, Uwasiliani-roho, Santeria, Voodoo, Wicca, Thelema, Gnosticism, Siri za Misri, ibada za Babeli.**

Ninabatilisha kila agano lililofanywa kwa niaba yangu. Nilikata uhusiano wote katika damu yangu, katika ndoto zangu, au kupitia mahusiano ya nafsi. Ninasalimisha nafsi yangu yote kwa Bwana Yesu Kristo - roho, nafsi, na mwili. Kila lango la kipepo lifungwe kabisa kwa damu ya Mwanakondoo. Jina langu litakaswe kutoka kwa kila rejista ya giza. Amina.

# NYONGEZA YA 4: Mwongozo wa Uwezeshaji wa Mafuta ya Upako

"*Mtu wa kwenu yuko katika hali mbaya, na aombe. Je! yuko mgonjwa miongoni mwenu? Na wawaite wazee, na kumpaka mafuta kwa jina la Bwana.*" — Yakobo 5:13-14

**Jinsi ya Kutumia Mafuta ya Upako kwa Ukombozi & Utawala:**

- **Paji la uso** : Kufanya upya akili.
- **Masikio** : Kutambua sauti ya Mungu.
- **Belly** : Kusafisha kiti cha hisia na roho.
- **Miguu** : Kutembea katika hatima ya kimungu.
- **Milango/Windows** : Kufunga malango ya kiroho na kusafisha nyumba.

*Tamko wakati wa upako:*
"Naitakasa nafasi hii na chombo kwa mafuta ya Roho Mtakatifu. Hakuna pepo anayeweza kuingia hapa kisheria. Utukufu wa Bwana na ukae mahali hapa."

**NYONGEZA YA 5: Kukataliwa kwa Jicho la Tatu na Maono ya Kiungu kutoka kwa Vyanzo vya Uchawi**

**Sema kwa sauti:**
"Katika jina la Yesu Kristo, ninakataa kila ufunguzi wa jicho langu la tatu - iwe kwa kiwewe, yoga, kusafiri kwa nyota, psychedelics, au udanganyifu wa kiroho. Ninakuomba, Bwana, kufunga milango yote isiyo halali na kuitia muhuri kwa damu ya Yesu. Ninaachilia kila maono, ufahamu, au uwezo usio wa kawaida ambao haukutoka kwa Roho Mtakatifu, kuruhusu kila mtazamaji wa kipofu na ufuatiliaji wa mradi wa pepo. amefungwa kwa jina la Yesu nachagua usafi kuliko uwezo, urafiki kuliko utambuzi.

# NYONGEZA 6: Nyenzo za Video zenye Ushuhuda kwa ukuaji wa kiroho

1) kuanza kutoka dakika 1.5 - https://www.youtube.com/watch?v=CbFRdraValc

2) https://youtu.be/b6WBHAcwN0k?si=ZUPHzhDVnn1PPIEG

3) https://youtu.be/XvcqdbEIO1M?si=GBlXg-cO-7f09cR[1]

4) https://youtu.be/jSm4r5oEKjE?si=1Z0CPgA33S0Mfvyt

5) https://youtu.be/B2VYQ2-5CQ8?si=9MPNQuA2f2rNtNMH

6) https://youtu.be/MxY2gJzYO-U?si=tr6EMQ6kcKyjkYRs

7) https://youtu.be/ZW0dJAsfJD8?si=Dz0b44I53W_Fz73A

8) https://youtu.be/q6_xMzsj_WA?si=ZTotYKo6Xax9nCWK

9) https://youtu.be/c2ioRBNriG8?si=JDwXwxhe3jZlej1U

10) https://youtu.be/8PqGMMtbAyo?si=UqK_S_hiyJ7rEGz1

11) https://youtu.be/rJXu4RkqvHQ?si=yaRAA_6KIxjm0eOX

12) https://youtu.be/nS_Insp7i_Y?si=ASKLVs6iYdZToLKH

13) https://youtu.be/-EU83j_eXac?si=-jG4StQOw7S0aNaL

14) https://youtu.be/_r4Jyzs2EDk?si=tldAtKOB_3-J_j_C

15) https://youtu.be/KiiUPLaV7xQ?si=I4x7aVmbgbrtXF_S

16) https://youtu.be/68m037cPEu0?si=XpuyyEzGfK1qWYRt

17) https://youtu.be/z4zlp9_aRQg?si=DR3lDYTt632E96a6

18) https://youtube.com/shorts/H_90n-QZU5Q?si=uLPScVXm81DqU6ds

---

1. https://youtu.be/XvcqdbEIO1M?si=GBlXg-c-O-7f09cR

# ONYO LA MWISHO: Huwezi Kucheza na Hii

Ukombozi sio burudani. Ni vita.
Kujinyima bila kutubu ni kelele tu. Udadisi sio sawa na kupiga simu. Kuna vitu hauponi kikawaida.
Kwa hivyo hesabu gharama. Tembea kwa usafi. Linda malango yako.
**Kwa sababu mapepo hayaheshimu kelele - mamlaka tu.**

www.ingramcontent.com/pod-product-compliance
Lightning Source LLC
Chambersburg PA
CBHW050328010526
44119CB00050B/717